மகிழ்ச்சிக்கும் வெற்றிக்குமான அடிதளம்

(Foundation Stones to Happiness and Success)

ஜேம்ஸ் ஆலன்

(தமிழில் சே.அருணாசலம்)

வள்ளியம்மை பதிப்பகம்

mobile/WhatsApp: 91-8939478478

email: arun2010g@gmail.com

சே.அருணாசலம்

நூல் விவரம்

நூல் தலைப்பு : மகிழ்ச்சிக்கும் வெற்றிக்குமான அடித்தளம்

Book Title : Magizhlchikum Vettrikumana Adithalam

ஆசிரியர் : ஜேம்ஸ் ஆலன்

தமிழில் : சே.அருணாசலம்

உரிமை@ : வள்ளியம்மை பதிப்பகம்

முதல் பதிப்பு : ஃபிப்ரவரி 2024

பக்கங்கள் : 64

தாள் : 70 ஜிஎஸ்எம்

அச்சகம் : Real Impact Solutions, Chennai- 600 004

வெளியீடு : வள்ளியம்மை பதிப்பகம்
  அலைபேசி: 91-8939478478
  மின்னஞ்சல்: arun2010g@gmail.com

விலை : ரூ 125/-

ISBN : 978-93-340-0987-3

மகிழ்ச்சிக்கும் வெற்றிக்குமான அடிதளம்

உள்ளடக்கம்

வாழ்த்துரை 4
முன்னுரை 7
1. அறநெறிகள் 9
2. சிறந்த வழிமுறைகள் 18
3. செயல்களில் உண்மை 25
4. வாய்மை 32
5. நடுநிலை தவறாமை 38
6. நல் விளைவுகள் 42
நிலையான மகிழ்ச்சி 49
அச்சு புத்தக விலை பட்டியல் 61

வாழ்த்துரை

கவிஞர் சா.சாதிக்பாட்சா

கௌரவத் தலைவர்,

குவைத் தமிழோசை கவிஞர் மன்றம்.

மேலாளர் அல் அவ்தா தச்சுப்பட்டறை, குவைத்,

கைப்பேசி:99536903

அஸ்ஸலாமு அலைக்கும்) வரஹ(...

பேரன்புமிக்க தமிழ்கூறும் வாசகர் வட்டத்திற்கு எனது அன்பான முகமன்னையும் வாழ்த்துகளையும் முதற்கண் மகழ்ச்சியுடன் தெரிவித்துக் கொள்கிறேன்.

எனது உற்ற நண்பரும் உடன்பிறவா சகோதரருமாகிய திரு.சே.அருணாசலம் அவர்கள் எழுத்தின் மீது தீரா காதல் கொண்டவர் ஆவார். மேலை நாட்டு பேரறிஞர்களின் பொருள் பொதிந்த படைப்புகளை தானும் படித்து இன்புற்று அதனை "யான் பெற்ற இன்பம் பெறுக இவ்வையகம்" என்னும், திருமூலரின் வைர வரிக்கு ஏற்ப இனிய

மகிழ்ச்சிக்கும் வெற்றிக்குமான அடிதளம்

தமழில் மொழி பெயர்த்து நமக்கு வழங்குவதில் கெட்டிகாரராய் விளங்குகிறார்.

அவர் தம் முதல் படைப்பு ஜேம்ஸ் ஆலன் எழுதிய MAN:KING OF MIND, BODY AND CIRCUMSTANCE என்ற தன்னம்பிக்கை நூலை அழகுத் தமிழில் "மனிதன்: மனம், உடல், சூழ்நிலையின் தலைவன்" என்று அற்புதமான முறையில் மொழிபெயர்த்துள்ளார்.

அந்நூலை நான் படித்த போது என் நெஞ்சில் அது ஒரு ஒப்பற்ற தன்னம்பிக்கை ஒளிக்கீற்றை ஒளிரச் செய்தது. இருபத்தைந்து ஆண்டு காலம் வளைகுடா நாடாம் குவைத்தில் கடும் உழைப்பு, விடாமுயற்சி, மற்றும் தன்னம்பிக்கை இவையே ஒருவர் தம் வாழ்வின் உயர்வுக்கான வீரிய விதைகள் என்பதை உணர்ந்த நான், அவற்றை மீண்டும் அசைப்போட்டு ஆழமாய் என்னில் நிலைக்கச் செய்ய அந்நூல் உதவியது.

அத்தகைய வளரும் எழுத்தாளராய் விளங்கும் என் அன்பு இளவல் அருணாசலம் அவர்கள் மீண்டும் இங்கிலாந்தை சேர்ந்த சிந்தனையாளர் ஜேம்ஸ் ஆலன் எழுதிய "FOUNDATION STONES TO HAPPINESS AND SUCCESS" என்ற நூலை "மகிழ்ச்சிக்கும் வெற்றிக்குமான அடித்தளம்" என்று இன்பத்தமிழில் மொழி பெயர்த்திருக்கிறார் .

இதை நான் வாசிக்க நேர்ந்த போது இந்நூல் ஒரு அறிவுப்பெட்டகம் நுண்ணறிவுக் களஞ்சியம் என்பதனை ஒரு கவிஞனாய் எழுத்தாளனாய் என்னால் ஆழமாய் அறிய முடிந்தது.

நூலாசரியர் திரு.அருணாசலம் அவர்களின் இரண்டாம் படைப்பு இதுவாகும். குவைத்தில் ஒரு நிறுவனத்தில் இறக்குமதி கொள்முதல் பிரிவில் அயராது உழைக்கும் இவர் கிடைக்கும் சொற்ப நேரத்தில் பகுதி நேர எழுத்து பணியை ஒரு தொண்டாய் ஆற்றி வருவது நிச்சயம் பாராட்டுகுரியதாகும். இந்நூல் என்னைப் போன்றே வாசிக்கும் வாசகராகிய உங்கள் அனைவருக்கும் பெரும் பயனைத் தரும் என்னும் உறுதியோடு அணிந்துரையை நிறைவு செய்கிறேன். நூலாசிரியருக்கு என் இதயபூர்வமான நல்வாழ்த்துகள்.

நன்றி,வணக்கம்

கவிஞர் சா.சாதிக்பாட்சா

(ஜுன், 2014)

மகிழ்ச்சிக்கும் வெற்றிக்குமான அடித்தளம்

முன்னுரை

மனிதன் ஒரு வீட்டை எவ்வாறு கட்டத் தொடங்குகிறான்? கட்டி முடிக்கப் படவேண்டிய வீட்டின் வரைப்படத்தை முதலில் கையில் கொள்கிறான். பின்பு எல்லா பகுதிகளையும் முழுமையாக, நுணுக்கமாக ஆராய்ந்து செயல்திட்டத்தை வடிவமைத்துகொள்கிறான். அதன் பின்பு அத்திட்டத்திற்கு ஏற்ப அடிதளத்தில் இருந்து தொடங்குகிறான். அவன் தொடக்கத்தின்-ஆரம்பத்தின் வரைபடத்தின்-செயல்திட்டத்தின் முக்கியத்துவத்தை விளங்கி கொள்ளாதவனாக இருந்தால் அந்தக் கட்டிடத்திற்காக மேற்கொள்ளப்பட்ட எல்லா உழைப்பும் வீணாகிவிடும். ஒருவேளை அந்த கட்டிடம் பாதியில் இடிந்து விழாமல் முழுமை அடைந்து இருந்தால், எந்த நேரத்திலும் இடிந்துவிழும் அபாயத்துடனேயே எந்த பயன்பாடுமின்றி விளங்கும். இந்த விதி எல்லா முக்கியச் செயல்களுக்கும் பொருந்தும். தெளிவான மனத்திட்டமும் அதைத் தொடங்கும் விதமும் இன்றியமையாதது.

இயற்கையின் படைப்பில் எந்த குறையையும் காண முடியாது. எதுவும் அரைகுறையாக விட்டுவிடபடவில்லை. அவள் குழப்பத்தை அறவே நீக்கியிருக்கிறாள், அல்லது குழப்பம் என்பது முற்றிலுமாக அவளிடமிருந்து நீங்கிவிட்டது. இந்த

சே.அருணாசலம்

இயற்கையின் செயல்பாடுகளை, எவன் ஒருவன் தன் செயல்பாடுகளில் கருத்தில் கொள்ளவில்லையோ அவன் உடனுக்குடன் தன்னுடைய ஆற்றலை முழுமையை மகிழ்ச்சியை வெற்றியை இழக்கின்றான்.

மகிழ்ச்சிக்கும் வெற்றிக்குமான அடிதளம்

1.அறநெறிகள்

அடிப்படை நியதிகளை, நெறிகளை கோட்பாடுகளை உணர்ந்து கொள்வதும் எவற்றை முதலில் தொடங்க வேண்டும் என்று புரிந்துகொள்வதும், மிக முக்கியத்துவம் வாய்ந்தது ஆகும். ஒரு செயலை நடுவிலிருந்து தொடங்குவதும், கடைசியில் இருந்து தொடங்குவதும் அரைகுறை செயலாகவே முடியும். நடுவர்களின் கொடி அசைவிற்கு முன்பே ஓட்டத்தை தொடங்கியவனுக்கு ஓட்டப்பந்தயத்தில் பரிசு வழங்கப்பட முடியாது. அவன் தன் கால்களை கோட்டிற்கு உள்பக்கமாக வைத்துக் கொண்டு கொடி அசைத்த கணமே தொடங்கி வெற்றி பெற வேண்டும். மாணவனும், மிக உயர்ந்த கணிதவியலிலோ இலக்கியத்திலோ தொடங்குவது இல்லை. எண்ணிலும் எழுத்திலும் தான் தொடங்குகிறான். அதே போன்று வாழ்கையிலும் அடிமட்டத்திலிருந்து தொழில் தொடங்கியவர்களே பெரும் தொழில் அதிபர்களாக மாறி உள்ளனர்.

ஆன்மீகத்திலும் ஞானத்திலும் சிகரத்தை அடைந்தவர்கள் யார் என்று கவனித்தால், அவர்கள்-, தங்களை சேவைக்கு உட்படுத்திக் கொண்டு எளிய பணிகளில் தங்களை முழுமையாக ஈடுபத்திக்கொண்டு மனிதகுலத்திற்கு ஏற்படும் அனுபவங்களை பார்த்து பின்வாங்காமல், கற்று கொள்ள வேண்டிய பாடங்களை கவனித்து கற்று கொண்டவர்கள் தாம்.

எனவே, இன்பமான, மகிழ்ச்சியான, நிம்மதியான, வெற்றிகரமான இனிய வாழ்விற்கு அடிபடையானது-, சரியான நெறிகளே, நியதிகளே, கோட்பாடுகளே. சரியான நெறிகள் இல்லாமல் தொடங்குவது தவறான பாதைக்கு, பழக்கங்களுக்கு இட்டு சென்று குழப்பமான நிம்மதியற்ற வாழ்வில் முடியும். விஞ்ஞானத்தின், வணிகத்தின் கோடிகோடி வகையிலான செயல்பாட்டிற்கு, ஆராய்ச்சிகளுக்கு, கணிப்புகளுக்கு பயன்படுவது பத்து எண்களே. அறிவுக் கருவூலமாக விளங்கும் ஆங்கிலத்தின் இலட்சக்கணக்கான புத்தகங்களுக்கு இருபத்திஆறு எழுத்துக்களே அடிப்படை. மிகவும் பெரிய விண்வெளி ஆய்வாளனும் பத்து எண்களை புறந்தள்ள முடியாது. அறிவுக்கடலாக விளங்குபவனும் அவன் அறிந்த மொழியின் எழுத்துக்களை கொண்டே நூல்களை படைக்க முடியும். இவ்வாறு அடிப்படைகள் என்பது எல்லா துறைகளிலும் சிலவே, எளிதானவைகளே.

எனினும் அவை இன்றி பேரறிவும் பெரும் சாதனையும் இல்லை. வாழ்கையின், உண்மையான வாழ்வின், அடிப்படை நெறிகளும் சில எளிய நெறிகளே. அவற்றை முழுமையாக கற்று உணர்ந்து தம் வாழ்வில் ஒன்றறக் கலந்து வாழ்வது, குழப்பங்கள் அற்ற தெளிவான மனதை– பாதுகாப்பான- பலம் வாய்ந்த அடித்தளத்தில் அசைக்கமுடியாத குணநலன்களை உருவாக்கி வளர்க்க வழி செய்யும்.

நிலையான நிரந்தரமான வெற்றிக்கு அழைத்துச் செல்லும் அந்த அடிப்படை நெறிகளை முழுமையாக பற்றி வாழ்வின் எல்லா அம்சங்களிலும் சிக்கலான சூழ்நிலைகளிலும் கைவிடாது இருப்பவன் வாழ்க்கையை புரிந்தவனாகிறான்.

சீரிய ஒழுக்கமே வாழ்வின் அடிப்படை அறநெறிகள். அவற்றைப் பட்டியலிடுவது எளிதானது, அவை வெறும் வார்த்தைகளாக எல்லோரது உதடுகளாலும் உச்சரிக்கப்படுகிறது. ஆனால் தங்குதடையற்ற செயல்களாக எவ்வித சமரசத்திற்கும் இடமளிக்காமல் சிலராலலேயே கடைபிடிக்கப்படுகிறது. இந்தச் சிறிய உரையில் ஐந்து அடிப்படை அறநெறிகளைக் குறித்து விளக்கப்படுகறது.

சே.அருணாசலம்

இவ்வைந்து நெறிகளே வாழ்வின் ஆணிவேராகும். அன்றாட வாழ்வின் எல்லா நிலைகளிலும் நெருங்கி வரகூடியவைகள் ஆகும். காரணம் அவை, ஒரு கலைஞனையோ வணிகர்களையோ குடும்பதலைவர்களையோ சாதாரண குடிமகனையோ, எல்லோராலும் எப்போதும் தொட்டு விடக் கூடிய தூரத்திலேயே இருக்கின்றன, அவற்றை விட்டு எறிந்து வாழ்வதற்கு பெரும்விலை கொடுக்க வேண்டியதாய் இருக்கும். அவற்றை இறுகப்பற்றி பயன்படுத்த விழைபவன் வாழ்வின் பலவித இன்னல்களையும் தோல்விகளையும் கடந்து விடுகிறான், என்றும் வற்றாது சுரக்கும், வலிமையான இனிமையான எண்ணங்களின் ஜீவஊற்றில் பருகி வெற்றி பெறுகிறான். அந்த ஐந்துநெறிகளில் முதன்மையானது:

கடமை: மிகமிக உச்சரிக்கப்படுகிற வார்த்தை, ஆனால் அதன் உட்பொருளை உணர்ந்து செயலாற்றுபவனுக்கு அரியபொக்கிஷங்களை வழங்க அது காத்து இருக்கின்றது. கடமை என்பதன் அடிப்படை தன்னுடைய வேலையில் எவ்வளவு ஈடுபடவேண்டுமோ அவ்வளவு ஈடுபடுவதும் அடுத்தவர்களது வேலையில் தேவையின்றி ஈடுபடுவதை தவிர்ப்பதும் ஆகும். மற்றவர்களது வேலையில் குற்றங்குறைகளை கண்டுபிடித்து திருத்திக்கொண்டே இருப்பவன் தன்னுடைய வேலையை நிறைவேற்ற முடியாமல் இருந்து விடுகிறான்.

மகிழ்ச்சிக்கும் வெற்றிக்குமான அடிதளம்

கடமை என்றால் கைக்கு எட்டிய பணியில் சிதறாத முழுகவனத்தை செலுத்துவதாகும். குவிந்த மனநிலையில் செயல்படுவது ஆகும். திறமையாக, துல்லியமாக, முழுமையாக தேவையானதை செய்வதாகும். ஒவ்வொரு மனிதனது கடமையும் மற்ற மனிதனது கடமையில் இருந்து வேறு படுகின்றன. ஒருவன் தன் கடமையை முழுமையாக அறிந்தவனாக இருக்க வேண்டும், மற்றவனது கடமையை அறியும் முன், மற்றவன் தன் கடமையை குறித்து அறிந்ததைவிட தான் தன் கடமையை அதிகம் அறிந்தவனாக இருக்க வேண்டும். ஒவ்வொருவரது கடமையும் வேறுபடுகின்றன. அவற்றின் அடிப்படை ஒன்று தான். கடமையின் கட்டளைகளை நிறைவேற்ற காத்திருப்பவர்கள் யார்?

நேர்மை: நேர்மை தான் அடுத்த அறநெறியாகும். நேர்மை என்றால் அடுத்தவனை ஏமாற்றாமல் இருப்பது ஆகும். அல்லது அவனுக்கு வழங்கிய ஒன்றின் ஈடானதைவிட அதிகமாக விலை பேசாமலிருப்பதாகும். வார்த்தையாலோ, பார்வையாலோ, செய்கையாலோ அடுத்தவர்களை ஏமாற்றாமல் இருப்பதாகும். பொய்யை கைவிடுவதாகும். சூழ்ச்சிகளை, தந்திரங்களை அறவே நீக்குவதாகும். வாய்மையை பின்பற்றுவதாகும். சொல் ஒன்று செயல் வேறொன்று என்று இல்லாமல் இருப்பதாகும். வீண்புகழ்ச்சிகளை, அலங்கார வார்த்தைகளைத் தவிர்ப்பதாகும்.

சே.அருணாசலம்

ஒருவனது நேர்மை மற்றவர்களுக்கு அவன் மேல் ஒரு நம்பிக்கையை ஏற்படுத்துகின்றது. அந்த நம்பிக்கை அவனது தொழில் சிறக்க, மகிழ்ச்சியான வெற்றியை அறுவடை செய்ய உதவுகின்றது. நேர்மையின் உச்சத்தை எட்டியவர்கள் யார்?

விரயமின்மை/வீணடிக்காதிருக்கும் தன்மையே

மூன்றாவது அறநெறியாகும். தன்னுடைய பொருளாதாரத்தில் விரயமின்மையை கடைபிடிப்பது என்பது இந்த நெறியின் ஒரு சிறு பகுதியே. எனினும் அது உண்மையான வளம் நிறைந்த வாழ்விற்கு அழைத்துச் செல்லும் ஒரு நுழைவாயில் ஆகும். இதன் முழுபொருள் உடலின், மனதின் ஆற்றலை, சக்தியை உள்துடிப்பை வீணடிக்காது இருப்பதாகும்.

கொண்டாட்டங்களில் திளைத்த வண்ணம் இருப்பதையும், அளவுக்கு மீறி புலனின்ப செயல்களில் ஈடுபடுவதையும் நீக்கி உடலின், மனதின் ஆற்றலை, சக்தியை சேகரிப்பதாகும். இவ்விரயமின்மையை கடைபிடிப்பவன் வலிமை, மனஉறுதி, விழிப்புணர்வு சாதிக்கும் ஆற்றல் பெற்றவனாகிறான். இந்த அறநெறியானது தன்னை முழுதும் கற்று உணர்ந்தவர்களுக்கு மாபெரும் சக்தியை பரிசளிக்ககாத்து இருக்கின்றனது. வீணடிக்காத்திருக்கும் தன்மையை கற்று உணர்ந்தவர்கள் யார்?

தாராளகுணம்: வீணடிக்காதிருக்கும் தன்மையை தொடர்வது தாராளமாகும். தாராளம் என்பது வீண்விரயத்திற்கு எதிரானது அல்ல, வீண்விரயத்தை தவிர்ப்பவனால் மட்டுமே தாராளமாக இருப்பதற்கு முடியும். வீணடிக்கும் தன்மை கொண்டவன் பணரீதியாகவோ, உடல்ரீதியாகவோ, மனரீதியாகவோ, தன்னுடைய சொந்த நலத்தில் எல்லாவற்றையும் தொலைத்து விடுகிறான். அவனிடம் மற்றவர்களுக்கு வழங்குவதற்கு எதுவுமில்லை. செல்வத்தை, பணத்தை வாரி வழங்குவது தாராளத்தின் சிறு பகுதியே, நல்லெண்ணங்களை, நற்செயல்களை, அன்பை இரக்கத்தை தாராளமாக வழங்குவது, நிந்திப்பவர்களையும் அரவனைக்கும் தன்மை கொண்டிருப்பது போன்றவை மற்ற பகுதிகள் ஆகும். இந்த தாராள மனமானது தனியே தவிப்பதை தகர்க்கின்றது, நம்பிக்கைக்குரிய தோழர்களை, உயிர்நண்பர்களை வரவழைத்துத் தருகின்றது.

தன்னடக்கம் அல்லது சுயகட்டுப்பாடே இந்த ஐந்து முக்கிய அறநெறிகளில் இறுதியானதாகும். ஆனால் மிக முக்கியமானதாகும். இதை மறந்து வாழ்வதே பெருந்துக்கங்களுக்கு, எண்ணிலடங்கா தோல்விகளுக்கு, பல நூறு வகையான மனஉறுத்தல்களுக்கு, உடல் சோர்விற்கு, கடன் சுமைகளுக்கு ஆளாவதற்கு காரணமாகும்.

சே.அருணாசலம்

சிறிய விஷயத்திற்க்காக தன் நிலை தடுமாறி வாடிக்கையாளருடன் கோபம் கொள்ளும் வியாபாரியை கவனியுங்கள், அதே மனபாங்கினை தொடர்ந்து கடைபிடித்திருப்பவர்களை தோல்வி நெருங்குவதையும் காண்பீர்கள். இந்த சுயக்கட்டுப்பாட்டின் ஆரம்ப நிலையை மட்டுமே எல்லா மனிதர்களும் கடைபிடித்தால் கூட, கோபமும் சினமும் அதன் கூடவே வரும் எல்லாவற்றையும் விழுங்கும் நெருப்பும் அனைந்து போகும். இந்த சுயகட்டுப்பாட்டில் பொறுமை, தூய்மை, அகங்காரமற்ற மென்மை, அன்பு, அசையாத உறுதி முதலியவை முக்கிய கூறுகளாகும். இந்த தன்னடக்கத்தை சுயகட்டுப்பாட்டை மனிதர்கள் மெதுவாக முழுமையாக கைக்கொள்ளும் வரை

அவர்களது வெற்றி உறுதி செய்யப்படவில்லை. அவர்கள் பண்படுத்தப்பட்ட உயர்ந்த மனிதர்களாக விளங்குவதற்கு வாய்ப்பை பெற்றிருக்கவில்லை. தன்னை அடக்கும் ஆற்றல் பெற்றிருப்பவன் யார்? அவன் எங்கிருந்தாலும் அவன் ஒரு சிறந்த வழிக்காட்டியே.

இந்த ஐந்து அறநெறிகளும் கொண்டு ஒழுக வேண்டிய ஐந்து நடைமுறைகளாகும். சாதனைக்கு அழைத்துச் செல்லும் ஐந்து வழிகளாகும். அறிவின், ஞானத்தின் ஐந்து ஊற்றுகளாகும்.

முயற்சி திருவினையாக்கும் முயற்றின்மை
இன்மை புகுத்தி விடும்.----------------------616

மகிழ்ச்சிக்கும் வெற்றிக்குமான அடிதளம்

எனவே இந்த ஐந்து அறநெறிகளை உதட்டில் கொள்ளாமல் உள்ளத்தில் கொண்டு முயல வேண்டும். அந்நெறிகளை முழுமையாக அறியவும், வேறு எவற்றாலும் வழங்கப்பட முடியாத விலைமதிக்க முடியாத பரிசினை விழைபவன், அந்நெறிகளை செயல்படுத்த வேண்டும்.

சே.அருணாசலம்

2.சிறந்த வழிமுறைகள்

இந்த ஐந்து அறநெறிகளும் உள்ளத்தில் பதிந்து செயல் வடிவம் பெறும் பொழுது சிறந்த வழிமுறைகள் தோன்றும், அறநெறிகள் நன்மை விளைவிக்கும் செயல்களாக உருமாற்றம் ஆகும். இம்முழுபிரபஞ்சமும் இயற்கை விதிகளை மீறாமல் செயல்படுகின்றது. அது போல சிறந்த வாழ்க்கையும் சிறந்த வழிமுறைகளை மீறாமல் இருக்கும். அவை இந்த முழு பிரபஞ்சமும் ஒரு ஒற்றை இயந்திரம்/ ஒற்றைவடிவம் என்பதைப் போல எங்கு கவனித்தாலும் அதன் பாகங்கள் சீராக ஒத்திசைவாக செயல்படுகின்றன. இந்த சீரான ஒத்திசைவான தன்மை இல்லை என்றால் அதை பிரபஞ்சம் என்கிற பெயரில் அழைக்க முடியாது அதற்கு வேறு பெயரை இடவேண்டும்.

அது போலவே மனித வாழ்க்கையிலும் ஒரு உண்மையான வாழ்க்கைக்கும் பொய்யான வாழ்க்கைக்கும், ஒரு குறிக்கோளுடைய வலிமையான வாழ்க்கைக்கும் குறிக்கோளற்ற பலவீனமான வாழ்க்கைக்கும் உள்ள முக்கிய வேறுபாடாக இருப்பது சிறந்த வழிமுறைகளே ஆகும். பொய்யான வாழ்க்கை என்பது முன்பின்

மகிழ்ச்சிக்கும் வெற்றிக்குமான அடிதளம்

தொடர்பில்லாத அலங்கோலமான எண்ணங்களை, உணர்ச்சிகளை, செயல்களை கொண்டிருப்பதாகும்.

உண்மையான வாழ்க்கை என்பது வாழ்க்கையின் அனைத்து பாகங்களையும் ஒன்றி இசைந்து செல்வதாகும். இரண்டுக்கும் உள்ள வேறுபாடு என்பது பழுதுபட்ட ஓடாத இயந்திரத்திற்கும் நல்ல முறையில் ஓடுகின்ற இயந்திரத்திற்கும் உள்ள வேறுபாடு போன்றதே ஆகும். நல்ல முறையில் ஓடுகின்ற இயந்திரம் பயன் தருகின்றது என்பது மட்டும் அல்ல, அது கண்களை கவர்வதாகவும், வியந்து இரசிக்கக் கூடியதாகவும் இருக்கும். ஆனால், அதன் பாகங்கள் பழுதடையும் பொழுது, மீண்டும் பழுது பார்த்து சரி செய்ய தகுதியை இழக்கும்போது அது அதன் பயனையளிக்க முடியாத போது அது குப்பையில் தூக்கி வீசப்படுகின்றது. அது போலவே வாழ்வின் எல்லா பாகங்களும் ஒன்றிணைந்து செயல்படும் போது பயனும் வலிமையும் தருவது மட்டுமின்றி ஈடுஇணையற்ற அழகுடன் விளங்குகிறது. ஆனால் குழப்பமான வாழ்வோ எந்த பயனுமின்றி பரிதாபப் பட கூடிய துயரத்துடன் காட்சி அளிக்கிறது.

சே.அருணாசலம்

வாழ்வு சிறக்க வேண்டுமானால் சிறந்த வழி முறைகளை இறுகப் பற்றி தொடர வேண்டும். வாழ்வின் ஒவ்வொரு மெல்லிய விஷயங்களையும் கூட அவை ஊடுருவிய வண்ணம் இருக்க வேண்டும். பூமி எவ்வாறு இயற்கை விதிகளுக்கு உட்பட்டு சுழல்கின்றதோ வாழ்வும் அவ்வாறு சிறந்த வழிமுறைகளுக்குள் உட்பட்டு நடைபெற வேண்டும். ஒரு புத்திசாலிக்கும் முட்டாளுக்கும் உள்ள முக்கிய வித்தியாசம், புத்திசாலி சிறிய விஷயங்களின் முக்கியத்தை உணர்ந்து கவனத்தில் கொள்வான். முட்டாளோ சிறிய விஷயங்களின் முக்கியத்தை உணராமல் கவனத்தில் கொள்ளமல் அக்கறையின்றி வாழ்வான். பொருள்கள் அவற்றுக்குரிய இடத்தில் இருக்க வேண்டும். பராமரிக்கப்பட வேண்டும். கடமைகள், சிறியதிலிருந்து மிக முக்கியமானது வரை, காலம் கடத்தாமல் உரிய நேரத்திற்குள் உரிய இடத்தில் செய்து முடிக்கப்பட வேண்டும். சிறந்த வழிமுறைகளை பின்பற்றாமல் இருப்பது குழப்பத்தை ஏற்படுத்தும். மகிழ்ச்சியின்மையின் மறுபெயர்தான் குழப்பம்.

ஒரு சிறந்த நிர்வாகி ஒரு ஒழுங்குமுறையின் வழியாகவே வெற்றியை அடையமுடியும் என்பதை உணர்ந்திருப்பான். எங்கே ஒழுங்குமுறை இல்லையோ அங்கே தோல்வி குடி கொண்டுவிடும் என்பதையும் உணர்ந்திருப்பான்.

ஒரு விவேகமான மனிதன் ஒழுங்கு முறையுடன் கூடிய வாழ்வே மகிழ்ச்சிக்கு வழி, ஒழுங்கற்ற வாழ்வு துக்கத்திற்கே வழி என்பதை உணர்ந்திருப்பான். முட்டாள் என்பவன் யார்? கவனமின்றி சிந்திப்பவன், கட்டுப்பாடின்றி வாழ்பவன், அக்கறையின்றி செயல்படுபவன், புத்திசாலி என்பவன் யார்? கவனமாக சிந்திப்பவன். நிதானமாக செயல்படுபவன், உறுதியாக வாழ்பவன்.

உண்மையான சிறந்த வழிமுறைகள் என்பது வாழ்வுக்கு தேவையான புறபொருட்களை, கருவிகளை, உபகரணங்களை புறவாழ்வு உறவுகள் ஆகியவற்றை சீரியமுறையில் வைத்து பயன்படுத்திக் கொள்வததோடு முடிந்துவிடுவதல்ல. அது அதன் ஆரம்பமே. இந்த சிறந்த வழிமுறைகள் மனதின் அசைவில், செயல்பாட்டின் ஒவ்வொரு அசைவிலும் ஊடுருவியவாறு எண்ணங்களை சிந்தனைகளை ஒழுங்குப்படுத்துவதில், உணர்வுகளை கட்டுப்படுத்துவதில், நற்செயல்களை தேர்ந்தெடுப்பதில், சொற்களின் வலிமை உணர்ந்து அளவறிந்து பயன்படுத்துவதில் என எல்லாவற்றிலும் பின்பற்றுவதாகும்.

(ஆக்கமும் கேடும் அதனால் வருதலால்
காத்தோம்பல் சொல்லின்கண் சோர்வு-----642)

சிறந்த வழிமுறைகளை பின்பற்றி வெற்றிகரமான இனிய வாழ்வை அடைய, ஒருவன் அன்றாட வாழ்வின் சிறுசிறு நடவடிக்கைகளை பழக்கங்களை மறந்து அல்ல; அவற்றை மறக்காமல் சிறந்த வழிமுறைகளை அந்த சிறுசிறு நடவடிக்கைகளில் பழக்கங்களில் புகுத்தியவாறு செயல்படுத்துவதில் தொடங்குவதாகும். எனவே தினமும் எப்பொழுது தூக்கம் களைந்து விழித்து எழுகிறோம், எப்பொழுது தூங்கச் செல்கிறோம், எவ்வளவு நேரம் உறக்கம் கொள்கிறோம் என்பவை எல்லாம் முக்கியமானதாகும். தினந்தோறும் உணவு உட்கொள்ளும் நேரங்கள், அவற்றிக்கு இடையே ஆன காலநேரம், உணவை போற்றி உட்கொள்ளும் விதம் என்பவை எல்லாம் உணவு செரிப்பதற்கு அல்லது செரிமானம் ஆகாமல் உளளிருப்பதில் பங்கு வகிக்கும். செரிமானம் ஆகிய உணவு இலகுவான தன்மையில் இருக்க உதவும், செரிமானம் ஆகாத உணவு எளிதில் எரிச்சல் பட வைக்கும். காரணம் உணவு உட்கொள்ளும் விதமும் நேரமும் முறையும் உடல் அளவிலும் மன ரீதியிலும் ஒரு தாக்கத்தை ஏற்படுத்துகின்றன.

தொழிலுக்கு நேரத்தை ஒதுக்குவது; விளையாட்டிற்கு நேரத்தை ஒதுக்குவது; இரண்டிற்கும் வேறுபாட்டை உணர்ந்து குழம்பி கொள்ளாமல் இருப்பது, தொழலில் திட்டமிட்டு செயல்படுவது; தனிமையை நாடி ஆழ்ந்த எண்ணங்களில் மூழ்கி எழுந்து புத்துணர்வுடன்

மகிழ்ச்சிக்கும் வெற்றிக்குமான அடிதளம்

செயல்படுவது, உணவை உண்பது, உணவை தவிர்ப்பது என இவை எல்லாமே அன்றாட வாழ்வில் ஒரு முக்கிய அங்கம் வகிக்கின்றன.

இவற்றை உணர்ந்து செயல்படுபவன், குறைந்த அளவு பாதிப்பில் மிகுந்த பயனை, மகிழ்ச்சியை, வசீகரத்தன்மையை பெறுகிறான்.

இவ்வாறு உணர்ந்து செயல்படுவது என்பது ஆரம்பமே. இவ்வழிமுறைகள் எல்லாம் முழு வாழ்வின் தன்மையை அடிஆழம் வரை தழுவ வேண்டும். இவ்வழிமுறைகளின் வழிகாட்டுதல் பேச்சிலும், செயலிலும், எண்ணங்களிலும் ஆசைகளிலும் ஏற்படும்பொழுது, அறியாமையிலிருந்து ஞானம் பிறக்கின்றது. பலவீனத்திலிருந்து வலிமை பிறக்கின்றது, இவ்வாறு மனிதன், மனதை பண்படுத்தி இனிதாக செயல்படும் போது உயர்ந்த ஞானத்தை, ஆற்றலை, மகிழ்ச்சியை பெறுகிறான்.

எனினும் இந்த இறுதி கட்டத்தை அடைய ஒருவன் ஆரம்பத்திலிருந்தே தொடங்க வேண்டும். வாழ்வின் ஒவ்வொரு சிறுசிறு செயல்களையும் கூட கருத்தில் கொண்டு அவற்றை முறைப்படுத்தி செய்ய வேண்டும். இவ்வாறு ஒவ்வொரு படியாக கடந்து இறுதி நிலையை அடைய வேண்டும். அந்தபடிகளும் அவற்றை கடப்பதற்கு அவன் மேற்கொண்ட முயற்சியை பாராட்டும் விதமாக மிகழ்ச்சியையும் சக்தியையும் பரிசளிக்கும்.

சே.அருணாசலம்

வழி முறைகள் என்பது சுலபமாக திறமையாக ஆற்றலுடன் ஒன்றை முடிப்பதாகும். ஒழுக்கம் என்பது மனதிற்கு இடப்பட்ட ஒரு வழிமுறையாகும். அந்த மனஒழுக்கம் என்பது நிதானத்தை, ஆற்றலை மகிழ்ச்சியை வழங்கும். கடமையை சரியாக செய்வது வழிமுறையாகும். வாழ்வை சரியாக வாழ்வது வழிமுறையாகும். கடமையை ஆற்றும் தன்மையும் வாழ்வை வாழும் விதமும் வெவ்வேறானவையல்ல, அவை ஒரே வாழ்க்கையின், மனஇயல்பின் இருவேறு கோனங்களே.

எனவே கடமையில் கவனம்; பேச்சில் தெளிவு; எண்ணத்தில் நேர்மை; என்பதற்கும் கடமையில் கவனமின்மை; பேச்சில் குழப்பம்; எண்ணங்களில் பொய்மை; என்பதற்கும் உள்ள பேறுபாடே
வெற்றிக்கும் தோல்விக்கும்;
இசைக்கும் இரைச்சலுக்கும்;
மகிழ்ச்சிக்கும் துக்கத்திற்க்குமான
வேறுபாடாகும்.

சிறந்த வழிமுறைகளை;- கடமையில் நடத்தையில், எண்ணங்களில் ஒரே வார்த்தையில் கூற வேண்டுமானால் முழுவாழ்விலும் கொள்வது என்பதே உடல் நலத்திற்கு, மனஅமைதிக்கு, வாழ்வின் வெற்றிக்கு இடப்படும் உறுதியான பாதுகாப்பான அடித்தளமாகும்.

மகிழ்ச்சிக்கும் வெற்றிக்குமான அடித்தளம்

3. செயல்களில் உண்மை

அறநெறிகளையும் வழிமுறைகளையும் தொடர்வது பொய்கலப்பில்லாத உண்மையான செயல்களும் நடத்தையும் ஆகும். அறநெறிகளின் சாரத்தை விளங்கி கொள்ள விரும்புபவன்-, சிறந்த வழிமுறைகளை செயல்படுத்த விரும்புபவன்-, தன் வாழ்வில் ஒழுக்கத்தை வித்தாகக் கொள்வான்.

நன்றிக்கு வித்தாகும் நல்லொழுக்கம் தீயொழுக்கம் என்றும் இடும்பை தரும். (138).

ஒருவனின் ஒழுக்கமான செயல்களும் பண்புகளும், நடத்தையும் தனித்தன்மை வாய்ந்தவை. அதிமுக்கியமானவை. காரணம்-, அவை தம் இயல்பிற்கு ஏற்ப அவற்றை ஒத்த செயல்களும், பண்புகளும் நடத்தையும் பிறப்பதற்கு வழிவகை செய்யும்.

சே.அருணாசலம்

ஒரு செயல் மற்றொரு செயலை உருவாக்கும் தன்மை கொண்டது என்ற செயலின் ஆற்றலையும் சக்தியையும் உணர்ந்தவனிடம் ஒரு புதிய பார்வையும் ஒரு தெளிவும் பிறக்கின்றது. அவன் இந்த நுண்உணர்வை பெறபெற அவன் முன்னேற்றப் பாதையில் மிகவேகமாக செல்கிறான், செல்ல வேண்டிய பாதையையும் தீர்மானித்துக் கொள்கிறான். அவன் நாளும் பொழுதும் வீண் பரபரப்பின்றி அமைதியாக செல்கின்றன. தன்னை சுற்றியுள்ள புறச்சூழ்நிலைகளாலும் செயல்களாளும் பாதிப்படையாமல் கலக்கமின்றி நேர்வழியில் செல்கிறான். இவ்வாறு இருப்பது என்பது எவர் எக்கேடு கெட்டாலும் கவலைப்படாமல் இருப்பதல்ல, எவருடைய கருத்துக்களாலும், அறியாமையாலும், கட்டுப்படாத உணர்ச்சிகளாலும் பாதிப்படையாமல் இருப்பதாகும்.

உண்மையை சத்தியத்தை கருத்தில் கொண்டு செய்யப்படும் செயல்கள் எப்போதும் நன்மையையும் மகிழ்ச்சியையும் விளைவிப்பதாகவே இருக்கும். நற்செயல்கள் செய்வதில் ஆழவேரூன்றியவன் சில சந்தர்ப்ப சூழ்நிலைகளில் அவற்றை கருத்தில் கொள்ளாமல் செயல்படும்படி அறிவுறுத்தப்பட்டாலும் அவற்றை அவன் செவிமடுக்கமாட்டான்.

இடுக்கட் படினும் இளிவந்த செய்யார்
நடுக்கற்ற காட்சி யவர்.------------654

துன்பம் உறவரினும் செய்க துணிவாற்றி
இன்பம் பயக்கும் வினை-----------------669

மகிழ்ச்சிக்கும் வெற்றிக்குமான அடிதளம்

போலியான செயல்களுக்கும் உண்மையான செயல்களுக்கும் இடையில் உள்ள வேறுபாட்டை எவர் அறிய முனைந்தாலும் அவற்றை எளிதில் அறிந்து கொள்ளலாம். அறிந்துகொண்டு போலியை தவிர்த்து உண்மையை கடைபிடிக்கலாம். பொருள்களை அதன் தன்மை, வடிவம், நிறம், என பலவாறாக பிரித்து, வேண்டியதை தேர்ந்தெடுத்து தேவையற்றதை ஒதுக்கிவிடுவது போல் செயல்களையும் அந்த செயல் செய்வதன் நோக்கம், செயல்படுத்தப்படும் தன்மை, இயல்பு, அவை விளைவிக்கக் கூடிய நன்மை, தீமை ஆகியவற்றை உணர்ந்து தீயசெயல்களை விலக்கி நற்செயல்களை புரியலாம்.

தீயவற்றை விலக்குவது என்பது எப்போதும் நன்மையை ஏற்று கொள்வதற்கு முதல்படியாகும். வளர்ச்சிக்கு உரிய வழியாகும். ஆரம்ப பள்ளியில் படிக்கும் குழந்தை தன் பாடத்தை தவறாக செய்துசெய்து அது சுட்டிக் காட்டப்பட்டவுடன் அதை கைவிட்டு சரியாக செய்வது போல; தவறு என்றால் என்ன? அதை ஏன் தவிர்க்க வேண்டும் என்பது அறியாதவன் எந்த காரணத்தினால் சரியானவற்றை பின்பற்றப் போகிறான்.

தீமையான அல்லது பொய்யான செயல்கள் சுயநலத்தின் ஊற்றிலேயே பிறக்கின்றன. மற்றவர்களது நலத்தை கருத்தில் கொள்ளாமல் கட்டுப்படாத மனத்தின் பேராசையில் பிறக்கின்றன. அச்செயல்கள் வெளிச்சத்திற்கு வந்தால் தலைகுனிவு ஏற்படும் என்பதால் மறைக்க முயலபடும். நன்மையான அல்லது உண்மையான செயல்கள் பிறர் நலத்தை எண்ணியே பிறக்கின்றன. தெளிந்த காரணங்களோடு அறநெறிகளின் துணைக்கொண்ட இனிய எண்ணங்களோடு அவை புறப்படுகின்றன. அவை வெளிச்சத்திற்கு வந்தால் அவை அதை செயதவனுக்கு ஒரு போதும் தலைகுனிவை ஏற்படுத்துவது இல்லை.

நற்செயல்களை முனைபவன் சுயநலத்தின் வாயிலாக தோன்றுகின்ற ஆசைகளை எண்ணங்களை ஈடேற்றாமல் ஒதுக்கிவிடுவான். அவை பார்ப்பதற்கு சிறிய விஷயமாக இருந்தாலும் அவற்றின் இயல்பு சஞ்சலத்தையும், மனக்குழப்பத்தையும், துன்பத்தையும் துக்கத்தையும் தருவதே.

ஒருவன் தன்நலத்தையும் பொய்மையையும் துறக்கதுறக்க உண்மையின், சத்தியத்தின், பொதுநலம் ஆகியவற்றின் அறிவை பெறுவான். கோபத்தில் பொறாமையில் வெறுப்பில் பேசுவதோ செயல்படுவதோ கூடாது என்று உணர்ந்து அவற்றைத் தவிர்ப்பான். அவைகளை அவன் மனதிலிருந்து நீக்கிய பிறகே செயல் படவேண்டும் என்பதை உணருவான்.

சூழ்ச்சி தந்திரம் ஏமாற்று சுயலாபத்தையோ சுயநன்மையையோ உள்ஒன்று வைத்து புறமொன்று பேசுவது என இவைகளை கடிய விஷம் அருந்துவதை தவிர்ப்பது போல தவிர்ப்பான். காரணம், அவற்றை மேற்கொள்பவனுக்கு, விரைவாகவோ அல்லது காலம் கடந்தோ என்றேனும் ஒருநாள் அவை வெளிச்சத்திற்கு வந்து அவமானத்தை வழங்கியே தீரும்.

ஒருவன் ஒரு செயலை தீய எண்ணத்துடன் மூடிமறைத்து செய்ய தூண்டப்படுவானேயானால், அவ்வாறு அவன் செய்வதை எவர் ஏனும் பார்த்து விடுவார்களோ என அஞ்சினால் தன் மனசாட்சி படி நடந்து தன்னை தற்காத்துக் கொள்ள முடியாது என்று நினைத்தால்-, ஒரு சிறு நொடி தாமதமும் இன்றி அந்த செயல் ஒரு தவறான செயல், அதனை அறவே தவிர்க்க வேண்டும் என்று உணர்ந்து கொள்ள வேண்டும்.

தன்னெஞ்சறிவது பொய்யற்க பொய்த்த பின்
தன்னெஞ்சே தன்னை சுடும்.---------------------*293*

செய்யும் செயலில் நேர்மையும் மனதார ஈடுபடுதல் என்னும் இந்த கொள்கையை கடைபிடித்தால் அது அவனை நற்செயல்களை கவனமாகச் செய்வதற்கும் மற்றவர்களது சூழ்ச்சி, ஏமாற்றுகளில் சிக்கிச்கொள்ளாமல் இருப்பதற்கும் வழிசெய்யும்.

உடன்படிக்கைகளில் கையெழுத்து இடுவதற்கு முன், ஒப்பந்தங்களை ஏற்று கொள்வதற்கு முன்,

பிறர் வேண்டுகோளுக்கிணங்கி உறுதிமொழியை வாக்குறுதியை வழங்குவதற்கு முன், பொதுவாக தன்னை பிறரோடு ஈடுபடுத்தி கொள்வதற்கு முன், அதிலும் குறிப்பாக அவர்கள் அறிமுகம் இல்லாதவர்களாக இருந்தால், செய்ய வேண்டிய செயலின் முழு விவரங்களையும் அறிந்து, அதில் தன் பங்கினை ஆற்ற முடியும் என்று நம்பினால் மட்டுமே அவன் அதில் ஈடுபட வேண்டும். நற்செயல் புரிபவனுக்கு கவனமில்லாமல் செயல்படுவது என்பது ஒரு தண்டனைக்குரிய குற்றமாகும்.

நல்ல நோக்கத்தோடு, அனால் கவனமின்றி செய்யப்பட்ட ஆயிரக்கணக்கான செயல்கள் பல தீங்கான பின்விளைவுகளை ஏற்படுத்தியுள்ளன. நல்ல நோக்கத்த்தோடு, ஆனால் கவனமின்றி செயல்படுவது நரகத்திற்கான வழி என்று கூட சொல்லபடுகிறது. எவனது செயல்களில் உண்மையும் நேர்மையும் இருக்கின்றதோ அவன் கவனமுடன் செயல்படுகிறான். எனவே ‘பாம்பை போல் விழிப்புடன், ஆனால் புறாக்களை போல ஆபத்து விளைவிக்காமல் இருங்கள்’ .

கவனமின்றி செயல்படுதல் என்பது ஒரு குறிப்பிட்ட வகையான செயல்களுக்கு மட்டும் அல்ல எல்லா வகையான செயல்களுக்கும் பொருந்தும். தொடர்ந்து கவனமுடன் செயல்படுவது ஒருவனுக்கு செயலின் முழு தன்மையையும் விளங்க வைக்கும். நற்செயல்கள் புரிவதற்கு சக்தி கடைக்கும். கவனமுடன் செயல்படுபவனை முட்டாள்தனம் நெருங்காது அவனை விவேகம் அரவனைத்து கொள்ளும்.

ஒரு உண்மையான செயலுக்கு ஒரு நல்ல நோக்கமோ ஒரு நல்ல உள்மனத்தூண்டுதலோ மட்டுமே போதுமானது ஆகாது. அது எல்லா அம்சங்களையும் கருத்தில் கொண்டு மலர வேண்டும். தன் அளவில் மகிழ்ச்சியாக இருக்க விரும்புபவன் பிறருக்கு நன்மை செய்யும் ஆற்றலோடு இருக்க விரும்புபவன் எப்போதும் தன்னை உண்மையான செயல்களிலேயே ஈடுபத்தி கொள்ள வேண்டும். கவனமின்றி செயலில் ஈடுபட்டு விரும்பதகாத விளைவுகள் ஏற்பட்டவுடன் 'நான் முடிந்தவரை நல்ல நோக்கத்துடனே செயல்பட்டேன்' என்று விளக்கம் சொல்வது சாக்கு போக்கு கூறி தப்பித்து கொள்வதாகவே கருதப்படும். அவனுடைய அந்த கசப்பான அனுபவம் எதிர்காலத்தில் கவனமாக செயல்பட அவனுக்கு கற்றுத்தர வேண்டும்.

ஒரு உண்மையான மனதிலிருந்தே உண்மையான செயல்கள் பிறக்கும். உண்மையான செயலுக்கும் போலியான செயல்களுக்கும் இடையே உள்ள வேறுபாட்டை உணர தொடங்கியவன் தன் மனதை சரிபடுத்துகிறான், நெறிபடுத்துகிறான். இவ்வாறு அது பண்பட்டு ஆற்றலோடு செயல்பட வழிவகை செய்கிறான். அகக்கண் கொண்டு வாழ்வில் சரியானவைகளை பிரித்து பார்க்கும் சக்தி, அவ்வாறு அகக்கண்ணின் துனையோடு உணர முடியும் என்கிற நம்பிக்கை, அறிவு ஆகியவற்றை ஒருவன் வலிமையான அடித்தளமாகக் கொண்டு தன் குண இயல்புகளையும் பண்புகளையும் தோல்வி பயம் அச்சம் போன்றவைகளால் அசைக்க முடியாதவாறு உயர்த்திக் கொள்ளலாம்.

4.வாய்மை

உண்மையை செயல்படுத்தினால் மட்டுமே அறிய முடியும். உள்ளத்தூய்மை உடையவர்களுக்கே உண்மை வெளிப்படும். வாய்மை என்பது உள்ளத்தூய்மைக்கு முதல் படியாகும். உண்மையின் பேரழகும் எளிமையும் என்னவென்றால் உண்மை அல்லாதவற்றை செய்யாமல் கைவிடுதலும் உண்மையை தழுவிசெயல்படுவதுமே ஆகும். உண்மையாக பேசுவது என்பது உண்மையாக வாழ்வதற்கு வேண்டிய தொடக்கமாகும். பொய்மை, எல்லாவகையான ஏமாற்றும் சொற்கள், புறம்கூறுதல், வஞ்சகம் நிறைந்த சொற்கள் – போன்றவற்றை சிறிய அளவு ஆன்ம ஒளி மனதை வந்து அடைய வேண்டும் என்றாலும் இவை எல்லாம் முற்றாக ஒழிக்கப்படவேண்டும. பொய்சொல்பவனும் புறங்கூறுபவனும் இருட்டில் முழ்கி கிடக்கின்றான். நன்மைக்கும் தீமைக்கும் வேறுப்பாட்டை உணர முடியாத அளவிற்கு கடுமையான இருட்டு அவனை சூழ்ந்துள்ளது. பொய்யும் புறஞ்சொல்லும் தேவை தான், அவற்றை தொடர்ந்து மேற்கொள்வதே தன்னையும் பிறரையும் காப்பதற்கான வழி என்று எண்ணுகிறான்.

உயர்ந்த அறநெறிகளை கற்க விரும்புபவன் இதுபோன்ற தனது சுயமாயையிலிருந்து தன்னை

தற்காத்து கொள்ளட்டும். ஏமாற்று வார்த்தைகளை பேசுவது, பிறர் மீது வீண்பழி சுமத்துவது, உள்ளொன்று வைத்து புறமொன்று பேசுவது, பொறாமை காழ்ப்புணர்ச்சியை உள்ளே வைத்து பேசுவது ஆகியவற்றை ஒருவன் செய்கிறான் என்றால் உயர்ந்த அறநெறிகளை அவன் கற்க தொடங்கவில்லை என்று அர்த்தம். அவன் தத்துவங்களை, அற்புதங்களை, சூட்சமங்களை அதிசயங்களை கற்பவனாக இருக்கலாம், கண்ணுக்கு புலப்படாத உயிர்களுடன் எவ்வாறு தொடர்பு கொள்வது, தூக்கத்தில் மன அளவில் எவரும் அறியாமல் பயணம் செய்வது, ஆர்வத்தை தூண்டும் விஷயங்களை கற்பது, ஆன்மீக கொள்கை கோட்பாடுகளை புத்தக படிப்பைப் போல ஏட்டளவில் கற்கலாம். ஆனால் அவன் புறங்கூறுபவனாகவோ ஏமாற்று சொற்கள் கூறுபவனாகவோ இருந்தால் உயர்ந்த அறநெறிகள் அவனை வந்து அடையாது. உயர்ந்த அறநெறிகள் என்றால் நிமிர்ந்த நேர் கொண்ட வாழ்க்கை, நேர்மை, களங்கமின்மை, உள்ளத்தூய்மை, அன்பு, சாந்தம், நம்பிக்கை, பணிவு, பொறுமை, இரக்கம், தயவு, தன்னலம் துறப்பது, மகிழ்ச்சி, நல்எண்ணம், நேசம் போன்றவைகள் ஆகும். இவற்றைக் கற்க விரும்புபவன், தனதாக்கி கொள்ள விரும்புபவன் அவற்றை செயலாக்க வேண்டும், வேறு வழி கிடையாது.

பொய்யும் வஞ்சகமும் ஆன்மீக அறியாமையின் தாழ்ந்த நிலையாகும். அவற்றை மேற்கொள்பவனுக்கு ஆன்மீக ஒளி என்பது கிடைக்காது, அவை சுயநலமும் வெறுப்பும் ஈன்றெடுத்த குட்டிகளாகும்.

சே.அருணாசலம்

புறங்கூறுவது என்பது பொய்க்கு உறவு தான் என்றாலும், அது பொய்யை விட நுட்பமாக செயல்படுகிறது. வழக்கமாக ஒரு நியாயமான கோபத்துடன் தொடர்பு ஏற்படுத்தி கொள்கிறது. உண்மையை போன்ற தோற்றத்தை தருகின்றது. ஒரு பொய்யை துணிந்து கூற முற்படாதவர்கள் கூட இந்த புறஞ்சொற்களை உண்மை என்று நம்பி திரும்ப செல்கிறார்கள். புறங்கூறுவதற்கு இரண்டு பக்கங்கள் உண்டு. முதலாவது, ஒவ்வொருவருக்கும் மீண்டும் மீண்டும் உரைப்பதாகும், மற்றொன்று காது கொடுத்து கேட்டு செயல்படுவதாகும். செவிமடுத்து கேட்பவன் இல்லை என்றால் புறங்கூறுபவன் சக்தியை இழந்து விடுகிறான். தீயவார்த்தைகள் தீயதை கேட்கும் செவிகளுக்குள் நுழையாமல் வெற்றி பெற முடியாது. எனவே, புறங்கூறுபவனுக்கு செவிசாய்ப்பவன், அதனை நம்புபவன் எவருக்கு எதிராக புறங்கூறபடுகிறதோ எவருடைய மதிப்பும் மரியாதையும் துடைத்து எறியபடுகிறதோ, அவருக்கு எதிரானவன் ஆக தன்னை தயார்படுத்திக் கொள்கிறான். அவனது நிலை என்பது புறங்கூறுபவனது நிலை, அவ்வார்த்தைகளை மீண்டும் மீண்டும் பரப்புகின்றவனது நிலைபோன்றதே. புறங்கூறுபவன் முன்இருந்து செயல்படுபவன். அதைக் கேட்பவன் பின்இருந்து செயல்படுபவன். இருவரும் இந்த தீங்கில் சமபங்கு வகிக்கிறார்கள்.

புறங்கூறல் என்பது பொதுவாக காணப்படும் குற்றமாகும், ஆனால், அது ஒரு கொடிய குற்றமாகும். அது அறியாமையில் பிறந்து கண்மூடி இருட்டில் நடக்கின்றது. அது பொதுவாக தவறாக

புரிந்து கொள்வதிலிருந்து தொடங்குகிறது. ஒருவன் தாழ்வாக நடத்தப்பட்டுள்ளதாக உணர்கிறான், கோபமும் வெறுப்பும் கொண்டு தன் நண்பர்களிடம் ஆறாத துயராகக் கொட்டித் தீர்க்கிறான்.
காயம் பட்டதாக கருதுகின்ற காரணத்தால் தனக்கு இழைக்கப்பட்டதாக கருதும் அநீதி செயலை மிகைப்படுத்திக் கூறுகிறான். அதைக் கேட்பவனும் மற்றவனது நிலைமையைப் புரிந்து கொள்ள சந்தர்பத்தை வழங்காமல், அந்த கோபமான வார்த்தைகளை முழுதாக ஏற்று அந்த செய்தியை பலருக்கும் பரப்புகிறான். அவ்வாறு, செய்யும் போது அந்த செய்தி தன்னாலேயே கண், காது மூக்கு என பெற்று கொள்ளும். ஒரு பொய்யான செய்தி வேகமாக பரவுகிறது.

புறங்கூறுவது என்பது ஒரு சிறிய விஷயமாக கருதப்படுவது தான் துன்பத்தையும் மனவுறுத்தலையும் ஏற்படுத்துவதற்கு காரணமாகும். ஒன்றை தவறு என்று தெரிந்தால் அதை செய்ய மறுப்பவர்கள் கூட இந்த வலையில் தங்களை அறியாமல் விழுந்து விடுகிறார்கள். அன்று வரை மதிப்பு கொண்டிருந்த ஒருவருக்கு எதிராக தங்களை மாற்றுவதற்கு பிறருக்கு அனுமதி வழங்குகிறார்கள். அவதூறு பரப்புவதன் நோக்கம் இது தான். உண்மையை விரும்பும், வாய்மையை பின்பற்றுபவனிடம் இந்த அவதூறு அதன் பாதிப்பை ஏற்படுத்த முடியாது.
அவதூறு செய்திகளைக் கேட்பதில், நம்புவதில், அதை பரப்புவதில், ஆர்வம் கொண்டவன், தன்னை பற்றிய ஒரு அவதூறு செய்தியை கேட்க நேர்ந்தால் மனம் கொதிப்படைவான். தூக்கத்தை இழந்து மனநிம்மதியை இழந்து தவிப்பான், தன் துன்பத்திற்கு தன்னைப் பற்றி அவதூறை பரப்பும்

சே.அருணாசலம்

மற்றவன் தான் காரணம் என்று நினைக்கிறான். மற்றவர்களைப் பற்றிய அவதூறில் ஆர்வம் கொண்டு உடனே நம்பி அதை பரப்பும் தன்னுடைய மனம் தான் அந்த துன்பத்திற்கு காரணம் என்கிற உண்மையை அவன் அறியவில்லை.

உள்ளத்தூய்மையும் வாய்மையும் நிறைந்த ஒருவன், அவதூறு வார்த்தைகளின் தோற்றத்தை கூட தன்னுள் அனுமதிக்காதவன், தன்னை பற்றிய அவதூறு செய்திகளினால் எந்த விதமான பாதிப்பிற்கோ மனகலக்கத்திற்கோ ஆளாக மாட்டான். அவன் ஒருமை நிலையை எவரும் கைவைத்து சிதறடிக்க முடியாது. உள்ளத்தில் கலக்கத்தை ஏற்படுத்த முடியாது.

தன்னை பற்றிய அவதூறு செய்திகளை நம்பியவர்கள் மனதில் சில காலத்திற்கு மதிப்பை இழந்து உள்ளான் என்பது உண்மை தான் என்றாலும், பிறரது தீயசெயல்கள் ஒருவனை கறைபடுத்த முடியாது, அவனது தீயசெயல்களே அவனது களங்கத்திற்கு காரணம். தவறாக எடுத்துரைக்கப்படுவது தவறாக புரிந்து கொள்ளப்படுவது போன்றவற்றால் உள்ளதூய்மை உடையவன் மனச்சஞ்சலத்திற்கோ பழிவாங்கும் உணர்ச்சிக்கோ ஆளாகமாட்டான். அவன் தூக்கத்தை கெடுக்க முடியாது. மனநிம்மதியை பறிக்க முடியாது.

மனத்தொடு வாய்மை மொழியின் தவத்தொடு தானஞ் செய்வாரின் தலை- 295

மகிழ்ச்சிக்கும் வெற்றிக்குமான அடிதளம்

வாய்மை என்பது உள்ளத்தூய்மை, நிம்மதி, முறையான வாழ்வு ஆகியவற்றுக்கு தொடக்கமாகும். வாழ்வில் களங்கமின்றி வாழவிரும்புபவன், உலகின் வேதனைகளை துன்பங்களை குறைக்க விரும்புபவன் பொய்யையும் புறங்கூறுவதையும் எண்ணத்தாலும் வார்த்தையாலும் அறவே கைவிடட்டும்.

பாதி உண்மை என்பது, பொய் புறங்கூறுதலையும் விட மிக ஆபத்தானது. அவன் மிக எச்சரிக்கையாய் இருக்கட்டும். அவதூறு செய்திகளை கேட்பதிலிருந்து விலகி அதில் பங்கு பெறாமல் இருக்கட்டும். அவதூறு பரப்புவனிடமும், அவன் இரக்கம் கொள்ளட்டும். காரணம், தன்னுடைய நிம்மதியை பறிக்கபோகிற துன்பகுழியில் தள்ளப் போகிற ஒரு சங்கிலியை பிடித்து கொண்டுள்ளான். பொய்கூறுபவனுக்கு உண்மையின் இன்பம் புரியாது, புறங்கூறுபவனுக்கு நிம்மதியின் வாசல் திறக்காது.

ஒருவன் கூறும் வார்த்தைகளால் அவனது ஆன்மீக நிலை அறிவிக்கப்படுகிறது. அவனுடைய உண்மையான வார்த்தைகளாலே அவன் எடைப் போடப்படுகிறான். கிறிஸ்துவின் வார்த்தை 'உங்கள் வார்த்தைகளால் நீங்கள் விடுவிக்கப்படுகிறீர்கள். உங்கள் வார்த்தைகளால் கண்டனம் செய்யப்படுகிறீர்கள்'.

சே.அருணாசலம்

5. நடுநிலை தவறாமை

நடுநிலைமையோடு இருப்பது மன நிம்மதியோடு இருப்பதாகும். நடுநிலைமை தவறுபவன் மன நிம்மதியை தவற விடுவான்.

விவேகமும் ஞானமும் நிறைந்தவன் சம நிலையில் வாழ்கிறான். மனதிற்குள் ஒரு அபிப்ராயத்தை காழ்புணர்ச்சியை பதிவு செய்து வைத்து கொள்ளாமல் நிதானமான மனதோடு எல்லாவற்றையும் சந்திக்கின்றான். உணர்ச்சி வேகத்தை விலக்கி ஒருதலை சார்பாக வாழாமல் தன் மனநிம்மதியை இழக்காமல் உலகோடு அமைதியாக வாழ்கிறான். எவர் பக்கமும் சாயாமல், தன்னையும் தற்காத்து கொள்ளாமல் எல்லோருக்கும் தன் மனதில் இரக்கத்தை வழங்குகிறான்.

ஒருதலைபட்சமாக வாழ்பவன் தன்னுடைய கருத்து தான் சரி என்று உறுதியாக இருக்கிறான். தன் கருத்திற்கு முரண்படும் கருத்து தவறான கருத்து அந்த கருத்தில் எந்த வித நியாயமோ நன்மையோ இருப்பதாக அவனால் நினைக்க முடியாது. எப்பொழுதும் தற்காத்துகொள்ளுதல் எதிர்த்தாக்குதல் என்ற வண்ணம் வாழ்கிறான். அமைதி, நடுநிலைமை போன்றவற்றின் அறிவை அவன் பெறவில்லை.

மகிழ்ச்சிக்கும் வெற்றிக்குமான அடிதளம்

நடுவு நிலைமை கொண்டவன் தன் எண்ண ஓட்டங்களை உற்று கவனித்து வாழ்கிறான். வெறியோ காழ்ப்புணர்ச்சியோ அவைகளின் சுவடை கண்டால் கூட அடுத்த கணமே அவற்றை துடைத்து எறிகிறான். இவ்வாறு செய்து, பிறர் மீது தன் இரக்கத்தை வளர்த்து கொள்கிறான். அவர்களது சூழ்நிலையை, குறிப்பிட்ட மனநிலையை புரிந்து கொள்கிறான். அவர்களை கண்டிப்பதிலும் நிந்திப்பதிலும் உள்ள பயனற்ற தன்மையை விளங்கி கொள்கிறான். இவ்வாறு, அவனது இதயத்தில் ஒரு பரந்த நல்லெண்ணம் உருவாகின்றனது. அது ஒரு எல்லைக்கு உட்பட்டது அல்ல, துன்பத்தில் உழலும் எல்லா உயிர்களுக்கும் அங்கே இடமிருக்கும்.

ஒருவன் வெறியோ காழ்புணர்ச்சியோ கொள்ளும் போது ஆன்மீக பார்வையை இழக்கின்றான். அவனால் தன் மீது எந்த குறையையும் காண முடியாது. மற்றவர்கள் மீது குறையைத் தவிர வேறு எதையும் காண முடியாது. தன்னுள் குழப்பம் கொண்டு மற்றவனை புரிந்து கொள்ள முடியாத காரணத்தால் அவர்களை கண்டிப்பதே சரி என்று எண்ணுகிறான். இவ்வாறு மாற்று கருத்து உடையவர்கள் மேல் அவனது இதயத்தில் ஒரு இருண்ட எண்ணம் வளர்கிறது.

பதிலுக்கு அவர்களும் அவனை கண்டிக்கிறார்கள், மற்றவர்களிடமிருந்து பிரிந்து தானே உருவாக்கிய ஒரு குறுகிய கூட்டுக்குள் தன்னை அடைத்துக் கொள்கிறான்.

சே.அருணாசலம்

நடுநிலைமை உடையவனது நாட்கள் இனிமையாக, நிம்மதியாக கழிகின்றன. பல வித நன்மையும் வளமும் வளர்கின்றன. ஆன்ம ஞானம் வழிகாட்ட- பகை, துக்கம், துன்பம் ஆகியவற்றிற்கு இட்டு செல்லும் வழியை விலக்கி அன்பு, நிம்மதி, மகிழ்ச்சிக்கு இட்டு செல்லும் வழியில் செல்கிறான். வாழ்வின் நிகழ்வுகள் அவனை சஞ்சலப்படுத்துவது இல்லை, மனித குலம் பொதுவாக வருந்தும் விஷயங்களுக்கும் அவன் வருந்துவது இல்லை. அவை இயற்கையின் விதிகள் என்று ஏற்கிறான். வெற்றியால் துள்ளி குதிப்பதும் இல்லை, தோல்வியால் துவண்டு விடுவதும் இல்லை. சுயநல ஆசைகளுக்கு இடம் கொடுக்காமல் வருத்தத்திற்கு ஆளாகாமல் இருக்கின்றான். வீண் எதிர்பார்ப்புகளை ஏற்படுத்தி கொள்ளாமல், ஏமாற்றத்திற்கு ஆளாகாமல் இருக்கிறான். வாழ்வில் நிகழும் அனைத்திற்கும் உரிய இடம் வழங்குகிறான்.

போற்றுதலுக்குரிய தெய்வீகமான இந்த நடுவுநிலைமை எவ்வாறு அடையப்படுகிறது? தன்தாழ்வு நிலைகளை கடந்து வருவதில், தன் உள்ளத்தை தூய்மைபடுத்திகொள்வதில். உள்ளத்தை தூய்மை படுத்தும் போது சீர்தூக்கி பார்க்கும் தன்மை ஏற்படுகிறது.

மகிழ்ச்சிக்கும் வெற்றிக்குமான அடிதளம்

சமன்செய்து சீர்தூக்குங்கோல் போல் அமைந்தொருபால்
கோடாமை சான்றோர்க்கு அணி- 118.

இந்த சீர்தூக்கி பார்க்கும் தன்மை நடுவுநிலைமையை ஏற்படுத்துகிறது. நடுவு நிலைமை நிம்மதியை வழங்குகிறது. உள்ளத்தில் களங்கம் கொண்டவன் கலக்கமுற்றவன் உணர்ச்சி அலையில் கொந்தளிக்கிறான். உள்ளத்தில் களங்கமற்றவன் அமைதியான துறைமுகத்தில் இளைபாறுகிறான். முட்டாள் தனக்கு ஒரு கருத்து இருக்கிறது என்கிறான். புத்திசாலி தன் வேலையை பார்த்தவாறு செல்கிறான்.

6.நல் விளைவுகள்

வாழ்வின் பெரும்பாலான விஷயங்களை நாம் விரும்பி தேர்ந்தெடுக்கவில்லை- தேர்ந்தெடுக்கவில்லை என்பதால் அவை நம்மை வந்து அடைவதற்கு நம்முள் எந்த காரணமும் இல்லை- அவை தம்பாட்டிற்கு வந்துள்ளன, என்று பொருள் கொள்கின்றனர். சிலரை அதிர்ஷ்டக்காரன் என்றும் வேறு சிலரை துரதரிஷ்டகாரன் என்றும் அழைக்கின்றனர். பெற்றுக் கொள்வதற்கு உரிமையும் தகுதியும் இல்லாமல் ஒன்றை பெற்று கொண்டுள்ளதாக கருதப்படுகின்றனர். வாழ்வை ஆழமாக ஆராய்ந்து நோக்கினால் காரணமின்றி எதுவும் நடை பெறுவதில்லை என்று விளங்கிக் கொள்ளலாம். எங்கே ஒரு வினை ஏற்படுகிறதோ அங்கே ஒரு விளைவு ஏற்படும். ஒரு காரணம் இருந்தால் அதற்கேற்ற காரியம் நடைபெறும். இது இவ்வாறு இருக்க, நம்மை பாதிக்கும் ஒவ்வொன்றுக்கும் நம்முள் தகுந்த காரணம் இருக்க வேண்டும். ஒரு வார்த்தையில் கூறவேண்டும் என்றால் தற்செயலாக நடக்கும் செயல்களுக்கு கூட நம் எண்ணங்களும் செயல்களும் காரணம் ஆகும். மேலோட்டமாக பார்த்தால் இது ஏற்று கொள்ளும்படியோ புரிந்து கொள்ளும்படியோ இல்லை.

மகிழ்ச்சிக்கும் வெற்றிக்குமான அடித்தளம்

சடப்பொருள்களின் மேல் செயல்படும் அடிப்படை விதிகளும் இயற்பியல் விதிகளும் கூடத்தான் மேலோட்டமாக பார்த்தால் புரிந்து கொள்ளும் படி இல்லை.

ஒரு அணுவிற்கும் மற்றொரு அணுவிற்கும் உள்ள தொடர்பை உறுதி செய்ய முறையான ஆராய்ச்சிகளும் சோதனைகளும் தேவைப்படுகின்றன. அது போலவே தான், நடைபெறும் செயல்களுக்கும் எண்ணங்களுக்கும் இடையில் ஒரு தவிர்க்க முடியாத தொடர்பை உணர்ந்து கொள்வதும் ஆகும். இந்த தொடர்பை குறித்த ஞானத்தை பெற்றவன் நற்செயல்களையே புரிகிறான்.

எதை விதைத்தோமா அதையே அறுவடை செய்கிறோம். நம்மை வந்து அடைந்தவைகளை நாம் தேர்ந்தெடுக்கவில்லை என்றாலும் நாம் நம்முள்ளே விதைத்த காரணங்களினால் அவை வந்து அடைந்துள்ளன. குடிபோதையில் தள்ளாடுபவன் அந்த தள்ளாட்டத்தை தடுமாற்றத்தை தேர்ந்து எடுக்கவில்லை. அவன் குடித்த காரணத்தின் விளைவாக அவன் தள்ளாடுகிறான், தடுமாறுகிறான். இந்த விஷயத்தில் இந்த தொடர்பு தெளிவாக தெரிகின்றது. மற்ற விஷயங்களில் அந்த தொடர்பு தெளிவாகத் தெரிவது இல்லை. ஆனால், அந்த தொடர்பு உண்மை தான். நம்முடைய துக்கத்திற்கும், மகிழச்சிக்கும் காரணம் நம்முள்ளேயே இருக்கின்றன.

சே.அருணாசலம்

உள் மன எண்ணங்களை சீரமைத்து கொண்டால் வெளி உலக நிகழ்ச்சிகள் துன்பத்தை தர முடியாது. உள்ளத்தை தூய்மை ஆகவைத்து கொள்ள மற்றவை யாவும் நன்றாகவே தொடரும்.

உங்கள் உள்ளேயே உங்கள் விடியலை விடுதலையை தேடவேண்டும்.

ஒவ்வொருவனும் தன் சிறைச்சாலையை தானே அமைத்து கொள்கிறான்.

தன் மாளிகையையும் தானே அமைத்து கொள்கிறான்.

வாழும் உயிர்கள் அனைத்தும் அளவிடமுடியாத சக்தியை பெற்றுள்ளன.

அவை செயல்படுவதன் விளைவாக மகிழ்ச்சியோ துக்கமோ ஏற்படுகின்றது.

நம் வாழ்வு நல்லதோ கெட்டதோ, அடிமைத்தனத்தில் சிக்கி உழல்கின்றதோ அல்லது சுதந்திர பறவையாய் சுற்றி திரிகின்றதோ, அதற்குக் காரணம் எண்ணங்களே. எண்ணங்களிலிருந்து செயல்கள் புறப்படுகின்றன. செயல்களிலிருந்து விளைவுகள் ஏற்படுகின்றன. ஒரு திருடனைப் போல, நல்ல விளைவுகளை நாம் திருடி அனுபவிக்க முடியாது, ஆனால், அந்த விளைவை

மகிழ்ச்சிக்கும் வெற்றிக்குமான அடிதளம் ஏற்படுத்தும் காரணங்களை செயல்களை நம்முள் தொடங்கலாம்.

பணம் வேண்டும், மகிழ்ச்சி வேண்டும், தெளிவான அறிவுவேண்டும் என்று பெரும் முயற்சி செய்கிறார்கள். ஆனால் பெற முடியாமல் தவிக்கிறார்கள். ஆனால், இவற்றுக்காக முயற்சி செய்யாதவர்களை அவை தேடி வருவதையும் காண்கிறார்கள். இதற்குக் காரணம், தங்கள் ஆசைகளும் முயற்சிகளும் நிறைவேற முடியாத அளவிற்கு பல தடைகளை விதைத்துள்ளார்கள்.

எண்ணங்களும் செயல்களும், காரணங்களும் (அல்லது காரணமின்மையும்) விளைவுகளும், வாழ்வில் நெசவு ஆடையை போல நெய்யப்பட்டுள்ளன. அறநெறிகளை மனதில் பதித்து சிறந்த வழிமுறைகளை பின்பற்றி நற்செயல்கள் புரிபவன் நல்ல விளைவுகளை எதிர்பார்த்து காத்திருக்க தேவையில்லை, அவை அவனைத் தேடி வரும். தான் செய்த செயலின் பலனை அவன் அறுவடை செய்வான்.

வினை விதைத்தவன் வினை அறுப்பான். தினை விதைத்தவன் தினை அறுப்பான், ஒன்றை விதைத்து மற்றொன்றை அறுவடை செய்யமுடியாது.

சே.அருணாசலம்

இது எளிய பழமொழி தான் என்றாலும் மக்கள் இதை தாமதமாகத் தான் புரிந்து கொள்கிறார்கள். தீர்க்கதரிசிக ஒருவர் "இருட்டின் குழந்தைகள் வெளிச்சத்தின் குழந்தைகளை விட பகல் பொழுதில் நன்றாக செயல்படுவார்கள்" என்று கூறியுள்ளார். விதைக்காமல், நடாமல் விடப்பட்ட இடத்திற்கு யார் அறுவடைக்கு வருவார்கள்? புதரை விதைத்து கோதுமையை அறுவடை செய்ய யார் எதிர்ப்பார்பார்கள், அது முடியாத போது, கண்ணீர் விட்டு குறைப்பட்டு கொள்வார்களா? ஆனால் மக்கள் இதைத்தான் தங்கள் எண்ணங்களாலும், செயல்களாலும் செய்து கொண்டு இருக்கிறார்கள்.

தீயதை விதைத்து நல்லதை எதிர்பார்க்கிறார்கள். அந்த கசப்பான அறுவடை காலம் வரும் போது நம்பிக்கை இழந்து தவிக்கிறார்கள். அவர்கள் அனுபவிக்கும் துன்பத்திற்கு மற்றவர்களது செயல்களை குற்றம் சொல்கிறார்கள். தங்களது எண்ணங்களிலும் செயல்களிலும் அவற்றிற்கான காரணம் மறைந்து இருப்பதற்கு வாய்ப்பு இருக்குமோ என்று கூட ஆராய மறுக்கிறார்கள்.

மகிழ்ச்சிக்கும் வெற்றிக்குமான அடிதளம்

வாழ்வின் அடிப்படை விதிகளை தேடிக் கொண்டிருக்கும் வெளிச்சத்தின் குழந்தைகள் - தங்களை பக்குவப்படுத்தி கொண்டு மகிழ்ச்சியாக வாழ்வதற்கு, விதையும் அறுவடையும் வேறாகாது என்ற விதியை உணர்ந்து, தங்கள் எண்ணங்கள், சொற்கள், செயல்கள் என்னும் காரணங்களுக்கு ஏற்ப விளைவுகள் அமையும் என்று பயிற்சி செய்ய வேண்டும். தோட்டக்காரர்கள் அது ஏன் அவ்வாறு என்று கேள்வி கேட்பதில்லை. அதன் உண்மையை உணர்ந்து நட்டு பயன் பெறுகிறார்கள்.

தங்கள் உள்உணர்வாய் அறிந்த ஞானத்தால் தோட்டக்காரர்கள் தங்கள் தோட்டங்களை பராமரிப்பது போல, மக்கள் தங்கள் மனம் என்னும் தோட்டத்தை பராமரிக்கட்டும், அவர்கள் விதைக்கும் விதையை குறித்து எந்த விதமான சந்தேகமும் அவர்களுக்கு இருக்கக்கூடாது. பின்பு நம்பிக்கையுடன் செயல் ஆற்றினால் அவர்களது அறுவடை எல்லோருக்குமான மகிழ்ச்சியுடன் பூத்து குலுங்கும். பொருள்சார்ந்த புறஉலகத்தில் செயல் படும் விதிகள் தான் எண்ணம் சார்ந்த அகஉலகிலும் செயல்படுகின்றன.

சே.அருணாசலம்

சிறந்த அறநெறிகள் என்னும் காரணத்தை பின்பற்றினால் தீய விளைவுகள் ஏற்படுவதற்கு வாய்ப்பு இல்லை, சிறந்த வழிமுறைகளை பின்பற்றினால் நம் வாழ்க்கை என்னும் ஆடையில் சிக்கல் ஏற்படுத்தும் எந்த நூலும் நுழைய முடியாது. உள்ள உறுதி என்னும் கட்டிடத்தில் எந்த உறுதியற்ற கல்லும் இடம் பிடித்து ஆபத்தை ஏற்படுத்த முடியாது, நற்செயல்களை செய்தால் நல்விளைவுகள் பின்தொடரும். எப்படி தினையை விதைத்து சோளத்தை அறுவடை செய்ய முடியாதோ அதுபோல நன்மையை விதைத்தால் தீமையை அறுவடை செய்வதற்கு வாய்ப்பு ஏற்படுமோ என்று அஞ்சத் தேவை இல்லை.

இந்த நெறிகளின் அடிப்படையில் வாழ்வை ஒருவன் அமைத்து கொண்டால், அவன் ஓர் உயர்ந்த உள்ளுணர்வையும் சமநிலையையும் அடைவான். நிரந்தரமான மகிழ்ச்சியில் வாழ்வான், அவனது முயற்சிகள் தகுந்த காலத்தில் கனிந்து பயனைத் தரும். அவன் வாழ்வால் பலவித நன்மைகள் மலரும். அவன் கோடீஸ்வரனாக ஆகாமல் இருக்கலாம் – அவனுக்கு உண்மையில் அது போன்ற ஆசைகள் எதுவும் இருக்காது. வாழ்வில் நிம்மதி என்னும் பரிசை பெறுவான். அவன் கட்டளை கேட்டு வெற்றி அவனைத் தேடி வர காத்திருக்கும்.

மகிழ்ச்சிக்கும் வெற்றிக்குமான அடிதளம்

நிலையான மகிழ்ச்சி

(அருள் பொழியும் நிழல் பாதைகள் நூலின் 9வது கட்டுரை)

தூசி படிந்த வீதிகளோ பளபளக்கும் பேரங்காடிகளோ,

வாழ்வின் கடமைகள் எங்கே அழைத்துச் சென்றாலும் அங்கெல்லாம்,

தங்கள் இதயத்தில் இசையைச் சுமந்து செல்பவர்கள் யார்?

அவர்கள் ஆன்மாவின் புனித ரகசியக் கட்டளையைத் தொடர்ந்து நிறைவேற்றுகிறார்கள்.

--கெபில்.

நம்முள் அன்பு ஒளிவீசும் போது

பேரானந்தம் சூழ்ந்து பாதுகாப்பு அரனாக காத்து நிற்கும் –

நம் குண இயல்புகள் மகிழ்ச்சியாக மலரும்

நாட்களும் நிம்மதியாக, பொலிவாகக் கடந்து செல்லும்.

--வெர்ட்ஸ்வர்த்

நிலையான மகிழ்ச்சி! அப்படி ஒன்று இருக்கிறதா? அது எங்கே இருக்கின்றது? யார் அதைப் பெற்று இருக்கிறார்கள்? ஆம். அது உண்மையில் இருக்கின்றது. எங்கே பாவங்கள் இல்லையோ அங்கே அது இருக்கின்றது. மனத்தகத்தில் மாசகற்றியவர்கள் அதைப் பெற்று இருக்கிறார்கள்.

வெளிச்சம் என்கிற நிலையான ஒன்றின் குறுக்கே வந்துள்ள ஒரு பொருளின் நிழலைப் போன்றதே இருள் என்கிற துக்கம். அது விரைவாகக் கடந்து சென்று விடும். ஆனால் மகிழ்ச்சியோ நிலைத்து நிற்கும். உண்மையான எந்த ஒன்றும் மறைந்தோ தொலைந்தோ போகாது. எந்தப் பொய்யான ஒன்றையும் நிலைத்து நிற்கச் செய்ய முடியாது. கட்டிக் காப்பாற்ற முடியாது. துக்கம் பொய்யானது, அது வாழ முடியாது. மகிழ்ச்சி உண்மையானது.

அது இறக்க முடியாது. மகிழ்ச்சி ஒரு காலத்திற்கு மறைந்து போகலாம். ஆனால் அதை எப்படியும் வெளிக் கொண்டு வந்து விடலாம். துக்கம் ஒரு காலத்திற்கு நிலைத்திருக்கும். ஆனால் அதைக் கடந்து விடலாம், சிதறடித்து விடலாம்.

உங்கள் துக்கம் நிரந்தரமாகத் தங்கிவிடுமோ என்று எண்ணாதீர்கள். அது மேகத்தைப் போலக் கடந்து சென்றுவிடும். பாவத்தினால் விளைந்த துன்பங்கள் உங்கள் வாழ்வின் ஒரு பகுதி என்று கருதாதீர்கள். பயத்தை ஏற்படுத்திய ஒரு திகில் இரவைப் போல அது மறைந்துவிடும். விழித்து எழுங்கள். புனிதமாகுங்கள். ஆனந்தம் கொள்ளுங்கள்.

உங்கள் நிழலை உருவாக்குபவர் நீங்கள் தான். நீங்கள் தான் ஆசைப்படுகிறீர்கள். பின்பு கவலைப் படுகிறீர்கள். எதிர்பார்ப்பை விட்டுத் தள்ளுங்கள். ஏமாற்றம் உங்கள் அருகில் வராது.

நீங்கள் துக்கத்தின் கட்டளைக்குக் கட்டுப்பட்டே ஆக வேண்டிய கையாலாகாத அடிமையல்ல. முடிவில்லாத பெருமகிழ்ச்சியும் பேரானந்தமும் உங்கள் வீடு வரக் காத்திருக்கின்றன. இருள் மிகுந்த சிறையில் பாவங்களைக் கனவு காண வேண்டிய வலிமையற்ற கைதியல்ல நீங்கள். இப்பொழுதும் தூங்கிக் கொண்டிருக்கும் உங்கள் கண் இமைகளின் மேல் புனிதத்தின் அழகு ஒளி வீசிக்கொண்டு தான் இருக்கின்றது. நீங்கள்

சே.அருணாசலம்

விழிப்புறும் அந்த நொடியே உங்களை வரவேற்க அது காத்திருக்கிறது.

பாவச்செயல்களாலும் தான் என்கிற அகம்பாவத்தாலும் உருவாகும் பாரம் மிகுந்த குழப்பமான உறக்கத்தின் போது- நிலையான மகிழ்ச்சி தொலைந்து போகிறது, மறக்கப்படுகிறது. இறவாத அதன் இசை, செவிகளில் செவிகளில் இனியும் கேட்பது இல்லை. காற்றில் நறுமணத்தைப் பரவும் அதன் அழகு ஒளிரும் வாடாத மலர்கள், அவ்வழி செல்வோரின் இதயங்களை இனிமேலும் பரவசப்படுத்தாது.

பாவச்செயல்களும், தான் என்கிற அகம்பாவமும் கைவிடப்படும் போது, சுயநலத்திற்காகப் பொருள்களைப் இறுகப் பற்றிக் கொள்ளும் ஆசைகளைத் துறக்கும் போது, துக்கத்தின் நிழல் மறையும். இதயம் தன் உடன் பிறந்த என்றும் நிலையான இன்பத்தின் துணையை மீண்டும் பெறும்.

"நான்" என்கிற எண்ணம் நீங்கிய இதயத்தில் மகிழ்ச்சி வந்து குடிக்கொள்ளும். எங்கே நிம்மதி இருக்கின்றதோ அங்கே தான் மகிழ்ச்சி தங்கும். கலங்கம் அற்றதையே மகிழ்ச்சி ஆளும்.

சுயநலம் மிக்கவர்களிடமிருந்து மகிழ்ச்சி விலகி ஓடும். சண்டை சச்சரவில் ஈடுபடுபவர்களைக் அது

மகிழ்ச்சிக்கும் வெற்றிக்குமான அடிதளம்

கைப்பிடிக்காது. மனத்தூய்மையற்றவர்களுக்கு அது புலப்படாமல் மறைவாகவே இருக்கும்.

மகிழ்ச்சி என்பவள் பேரழகும், மென்மையும், தூய்மையும் நிறைந்த ஒரு தேவதை. அவளால் புனிதமானவற்றுடன் மட்டுமே இருக்க முடியும். அவளால் சுயநலத்தோடு உடன் வாழ முடியாது. அவள் அன்பையே விரும்பிக் கரம்பிடிப்பாள். ஒவ்வொரு மனிதனும் எந்த அளவிற்குச் சுயநலமில்லாமல் இருக்கின்றானோ அந்த அளவிற்கு உண்மையான மகிழ்ச்சியில் இருக்கிறான். எந்த அளவிற்குச் சுயநலமாக இருக்கிறானோ அந்த அளவிற்கு மகிழ்ச்சியில்லாமல் துக்கமாக இருக்கிறான். உண்மையான நல்லவர்கள் (நல்லவர்கள் என்றால் உள்ளத்தில் தான் என்கிற அகம்பாவ எண்ணத்துடன் வெற்றிகரமாகப் பேரிடுபவர்கள்) மகிழ்ச்சியுடனே இருக்கிறார்கள். புனிதமானவர்களின் வெற்றி எவ்வளவு கொண்டாடத்தக்கதாக இருக்கிறது. எந்த உண்மையான ஆசானும், வாழ்வு வெறும் துக்கமே என்று சத்தியம் செய்ததில்லை. அது ஆனந்தமானது என்றே உறுதி செய்கிறார்கள். பாவத்தினால் ஏற்பட்ட பின் விளைவைக் களைவதற்கே துக்கம் வருவதாகச் சுட்டிக் காட்டுகிறார்கள். எங்கே "நான், எனது" என்பது மறைகிறதோ, அங்கே கவலையும் மறைந்துவிடுகிறது. மகிழ்ச்சி என்பது நன்மையின் உற்ற துணையாகும். கண்ணீரும் கவலையும் அமர்கின்ற இடங்களில் இளகிய மனமும்

சே.அருணாசலம்

இரக்கமும் அமரும் போது வாழ்வு தெய்வீக வாழ்வாகின்றது. சுயநலத்தைத் துறக்க எண்ணும் காலம் எளிதான ஒன்றல்ல. அதில் சில காலக் கட்டங்கள் மிகத் துக்கம் வாய்ந்தவை. மாசு அறுப்பது என்பது ஏற்றுக்கொள்ள வேண்டிய கடினமான வலி. எல்லா மாறுதல்களிலும், வளர்ச்சிகளிலும் கட்டாயம் வலி இருக்கும். ஆனால் முழு வளர்ச்சி நிலையில் மகிழ்ச்சி நிலைத்திருக்கும். அந்த நிலையில்

எல்லாமே அழகும் ஆற்றலும் அன்பும் ஆகவே இருக்கும்.

மனதின் எல்லாப் பெருந்தன்மையான குணங்களும் நிறைந்திருக்கும்.

அவரவர்கள் தங்களுடைய செயல்கள், உணர்வுகள், எண்ணங்கள், சூழ்நிலைகள், குணங்கள் ஆகியவற்றின் மீது முழுக்கட்டுப்பாட்டை வைத்திருப்பார்கள்.

எந்த அளவிற்குச் சுயநல ஆசைகள் ஒழிக்கப்படுகிறதோ அந்த அளவிற்கு மகிழ்ச்சியும் தன்னை வெளிப்படுத்திக் கொள்கிறது. மனதின் மாசை முற்றிலும் அகற்றியவர்களால் தான் நிலையான அதன் முழு இருப்பை நொடிக்கு நொடி தொடர்ந்து உணர முடியும் என்றாலும் அதன் இனிமையைச் சுயநலமின்றி உயர்வாகச் செயல்படும் ஒவ்வொரு நொடியிலும், ஒவ்வொரு

மணிப்பொழுதிலும் எல்லோராலும் உணர்ந்து கொள்ள முடியும். சுயநலமற்ற உண்மையான ஒவ்வொரு எண்ணத்தாலும், ஒவ்வொரு செயலாலும் (பரபரப்பாகக் கொண்டாடப்படும் பொய்யான மகிழ்ச்சியல்ல, காய்ச்சலைப் போல் தொற்றிக் கொள்ளும் பொய்யான இன்பமல்ல) துன்ப கண்ணீர் பின் தொடராத உண்மையான மகிழ்ச்சி வெளிப்படும்.

ஒரு பூ எவ்வாறு பூத்து மலர்கின்றது என்று நினைத்துப் பாருங்கள். முதலில் விதையானது புதைக்கப்பட்ட மண்ணின் இருட்டிலிருந்து மேல் இருக்கும் ஒளியை நோக்கி முளைக்கின்றது. பின்பு செடியாக மாறுகின்றது. பிறகு இலை இலையாக வளர்கின்றது. இறுதியில் எந்த முயற்சியும் இன்றிக் கைப்படாத அழகுடன் இனிய நறுமணத்துடன் பூ மலர்கின்றது.

மனித வாழ்வும் அதே போன்று தான். முதலில் அறியாமை மற்றும் சுயநலம் என்னும் மண்ணில் ஆழமாக, இருட்டில் புதையுண்டு, காண முடியாத வெளிச்சத்தை நோக்கி முன்னேறும் முயற்சி நடைபெறுகிறது. வெளிச்சத்திற்கு வந்த பின்பு, சுயநலத்தை விட்டொழிக்கும் செயல்பாடுகளின் போது வலியும், வேதனையும் கூடவே தொடர்கின்றன. இறுதியில் சுயநலமில்லாத தூய்மையான வாழ்வு மலர்ந்து, பின் எந்த முயற்சியுமின்றித் தானாகவே புனித

நறுமணத்தையும் மகிழ்ச்சி பேரழகையும் பரப்புகின்றது.

நல்லவர்கள், மன மாசற்றவர்கள், மகிழ்ச்சியின் உயர் நிலையிலேயே இருக்கிறார்கள். மனிதர்கள் தங்கள் விருப்பம் போல் வாதிட்டு இதை ஏற்றுக் கொண்டாலும் அல்லது மறுத்தாலும், மனிதக் குலம் தன் உள்உணர்வால் அவர்கள் மகிழ்ச்சியுடன் இருப்பது உண்மை என்று அறியும். உலகமெங்கிலும் மனிதர்கள் தேவதைகளை மகிழ்ச்சியின் உருவமாகத் தானே ஓவியப்படுத்துகிறார்கள். மகிழ்ச்சி தேவதைகள் இறைச்சி தோல் எலும்பினால் ஆன இந்த உடம்பின் உள்ளும் இலக்கமிட்டு இருக்கின்றன. அவர்களை நாம் சந்தித்தாலும் அதைக் கவனிக்காமல் கடந்து சென்று விடுகிறோம். அவ்வாறு கடந்து செல்லாமல் களிமண்ணினால் ஆன இந்த உடம்பில் குடி இருக்கும் களங்கப்படுத்த முடியாத அந்தத் தேவதையைக் கண்டு உணரும் உள்ளத்தூய்மை உடையவர்கள் எவ்வளவு பேர்?

பார்வையற்றவன் காதின் அருகில் சீவும் வாள் இருந்தாலும்

அதை அவன் தடவிப் பார்த்தே அறியமுடியும்.

தன்னுள் தெளிவாக உள் நோக்கிக் காணும் பார்வை உடையவனுக்கு

மகிழ்ச்சிக்கும் வெற்றிக்குமான அடிதளம் வெளியே அவற்றைக் குறிக்கும் வடிவம் மறையும்.

ஆம், மன மாசற்றவர்கள் ஆனந்தக் களிப்பில் இருக்கிறார்கள்.

இயேசுவின் வார்த்தைகளில் ஏதாவது துக்கம் வெளிப்படுகிறதா என்று நாம் முயன்று தேடினாலும் காண முடியாது. "துக்கத்தால் ஆன மனிதன்" "ஆனந்தத்தால் ஆன மனிதன்" ஆக முழுமை பெறுகிறான்.

உலகளவு துன்பத்தால் இதயம் நொறுங்கிய என் சகோதரர்களுக்குப் புத்தனாகிய நான் கண்ணீர் வடித்தேன்.

அவர்களுக்கு மீள்வதற்கு வழி இருப்பதை எண்ணி ஆறுதல் அடைந்து

இப்போது நான் சிரித்து மகிழ்கிறேன்.

பாவத்திலும், பாவத்திலிருந்து மீண்டு எழும் போராட்டத்திலும், களைப்பு மற்றும் துன்பம் ஏற்படும். ஆனால் மெய்யறிவைப் பெறும் போது, நன்மையின் பாதையில் செல்லும் போது, மகிழ்ச்சி நிலைத்திருக்கும்.

"நன்மையின் பாதைக்குள் நுழையுங்கள்.

காயங்களை ஆற்றி குணமாக்கும் நீர்ச் சுனைகள் எல்லா வித தாகங்களையும் தவிப்புக்களையும் தீர்க்க அங்கே பரவிக் கிடக்கின்றன.

வழி எங்கும் என்றும் வாடாத மலர்கள் பாயாக விரிக்கப்பட்டு இருக்கின்றன.

விரைந்து செயலாற்றும் இனிமையான காலங்கள் ஏராளமாக இருக்கின்றன."

துன்பம் எதுவரை நீடிக்கும் என்றால் "நான்" என்கிற அகம்பாவ உணர்வு நீடிக்கும் வரை மட்டுமே. அரிசியிலிருந்து உமி நீங்கிய பின்பு கதிரடிக்கும் இயந்திரம் தன் வேலையை நிறுத்திக் கொண்டு விடும். இறுதி மனமாசுகள் உள்ளத்திலிருந்து நீங்கிய உடன் துன்பங்கள் நின்றுவிடும். அது மேலும் வாட்டுவதற்கு மனதில் எந்த அழுக்கும் இனி இல்லை. நிலையான மகிழ்ச்சி உணரப்பட்டுவிடும்.

எல்லாப் புனிதர்களும் இறை தூதர்களும் மனிதக் குலத்தின் இரட்சகர்களும் மகிழ்வோடு நற்செய்தியை அறிவித்து இருக்கிறார்கள். நற்செய்தி என்றால் என்ன என்று எல்லா மனிதர்களும் அறிவார்கள். தவிர்க்கப்பட்ட பேராபத்து, நோய் தீர்ந்து குணமாவது, நண்பர்கள் பாதுகாப்பாக வந்து சேர்வது அல்லது

மகிழ்ச்சிக்கும் வெற்றிக்குமான அடிதளம்

பாதுகாப்பாக ஊர் திரும்புவது, பிரச்சினையை முறியடித்து மீண்டு வருவது, தொழிலில் வெற்றி வாய்ப்பு உறுதியாவது, போன்றவையே. ஆனால் புனிதர்களின் நற்செய்தி என்றால் அது என்ன? குழப்பமானவர்களுக்கு அமைதி இருக்கின்றது. துன்பப்படுபவர்களுக்கு ஆறுதல் இருக்கின்றது. கவலைப்படுபவர்கள் ஆனந்தப்படுவார்கள், பாவத்தை வெல்ல முடியும். வழி தவறியவன் வீடு வந்து சேர்வான். மனம் உடைந்தவர்களும், துக்கப்படுபவர்களும் மகிழ்ச்சியுறுவார்கள். இந்த அழகிய உண்மைகளை எதிர்கால உலகில் அல்ல; இங்கே, இப்பொழுதே உணரமுடியும். அனுபவிக்க முடியும். தான் என்ற குறுகிய எல்லையை உடைத்து தன்னலமற்ற அன்பு என்னும் எல்லையற்ற பெரு வெளிக்குள் நுழையும் யாவரும் உணரமுடியும், அனுபவிக்க முடியும் என்று புனிதர்கள் அறிவிக்கிறார்கள்.

மிக உயர்ந்த நன்மையை முயன்று தேடுங்கள். தேடிக் கண்டவுடன், அதை நடைமுறைப்படுத்திப் பார்த்தவுடன், அதை உணர்ந்தவுடன் மிக ஆழமான, இனிமையான ஆனந்தத்தின் சுவையைப் பருகுவீர்கள். மற்றவர்கள் நலத்தைக் கவனத்தில் கொள்ளுங்கள். மற்றவர்களை அன்போடும், கனிவோடும் எண்ணுங்கள். தேவையானவர்களுக்கு முடிந்த உதவிகளைச் செய்யுங்கள், இவ்வாறு செய்து உங்கள் சுயநல ஆசைகளை வெற்றிகரமாக மறக்கடியுங்கள். அந்த இடத்திலேயே (இன்னும்

சே.அருணாசலம்

சிறிது தூரம் கூடக் கடந்து செல்லத் தேவையின்றி) வாழ்வின் நிலையான மகிழ்ச்சியை நீங்கள் கண்டு உணர்வீர்கள்.

சுயநலமின்மை என்னும் வாயில் கதவின் உள் சுவர்க்கத்திலிருக்கும் நிலையான மகிழ்ச்சி இருக்கின்றது. யாரும் அந்தக் கதவைத் திறந்து சென்று நிலையான மகிழ்ச்சியை அனுபவிக்கலாம். யாருக்கு இதில் சந்தேகமோ அவர்களும் வந்து கதவைத் திறந்து பார்த்துத் தங்கள் சந்தேகத்தைத் தீர்த்துக் கொள்ளலாம்.

எனவே, சுயநலம் என்பது துக்கத்திற்கு அழைத்துச் செல்லும், சுயநலம் துறப்பதே மகிழ்ச்சிக்கு அழைத்துச் செல்லும் என்று தெரிந்து கொள்ளும் போது – இது நம் ஒருவர் மகிழ்ச்சிக்கு ஆக மட்டும் அல்ல- அவ்வாறு என்றால் நாம் பெருமுயற்சியை மேற்கொள்வதற்கான எண்ணம் எவ்வளவு தாழ்வானது! ஆனால் முழு உலகத்தின் மகிழ்ச்சிக்காகவும். காரணம், நம்மோடு வாழும் நம்முடன் தொடர்பு கொள்ளும் யாவரும் நாம் நம் சுயநலத்தைத் துறந்ததற்காக உண்மையாகவும் மகிழ்ச்சியாகவும் இருப்பார்கள். காரணம் மனிதக் குலம் என்பது ஒன்றே, ஒருவனின் ஆனந்தம் என்பது எல்லோரின் ஆனந்தமே. இதை உணர்ந்த பின், வாழ்வின் பாதைகளில் மலர்களைத் தூவலாம், முட்களை அல்ல. ஏன், நம் எதிரிகளின் பாதைகளிலும் தன்னலமற்ற அன்பின் நறுமண

மகிழ்ச்சிக்கும் வெற்றிக்குமான அடிதளம்

மலர்களைத் தூவலாம். அவர்களின் கால் அடி அதன் மேல் பதிய அந்த அழுத்தத்தில் புனிதத்தின் நறுமணச் சாந்து காற்றில் தெளிக்கப்படட்டும். உலகம் அந்த நறுமணத்தில் மகிழ்ச்சியுறட்டும்.

அச்சு புத்தக விலை பட்டியல்

வ. எண்	ஜேம்ஸ் ஆலன் முதன்நூல்	தமிழ் மொழிபெயர்ப்பு நூல்	விலை ரூ
1	Man: King of Mind, Body and Circumstance	மனிதன்: மனம், உடல், சூழ்நிலையின் தலைவன்	125/-
2	Foundation Stones to Happiness and Success	மகிழ்ச்சிக்கும் வெற்றிக்குமான அடிதளம்	125/-
3	Out from the Heart	உள்ளத்திலிருந்தே வாழ்வு	125/-
4	Byways of Blessedness	அருள் பொழியும் நிழல் பாதைகள்	400/-

5	All These Things Added (Entering the Kingdom The Heavenly Life)	வேண்டுவன யாவும் கிட்டும் (சுவர்கத்தின் நுழைவாயில் சுவர்க வாழ்வின் தன்மைகள்)	
6	Above Life's Turmoil	வாழ்வின் கொந்தளிப்புகளை கடந்த உயர்நிலைகள்	
7	Men and Systems	மனிதர்களும் அமைப்புகளும்	
8	Mastery of Destiny	விதியை நிர்ணயிக்கும் ஆற்றல்	
9	From Passion to Peace	வெறியுணர்வு (என்னும் அடிவாரம்) முதல் நிம்மதி (என்னும் சிகரம்) வரை	150/-
10	Eight Pillars of Prosperity	வளமான வாழ்வைக் கட்டமைக்கும் எட்டு தூண்கள்	250/-
11	Through the Gate of Good or Christ and Conduct	நல்வாசலின் வழியே அல்லது கிறிஸ்துவும் நல்லொழுக்கமும்	150/-

மகிழ்ச்சிக்கும் வெற்றிக்குமான அடிதளம்

12	Morning and Evening Thoughts	Morning and Evening Thoughts -காலை மாலை சிந்தனைகள் ஆங்கில மூலம்-தமிழ் மொழிபெயர்ப்பு இரண்டும் கொண்ட இரு மொழி நூல்)	200/-
13	Life Triumphant (Mastering the Heart and Mind)	வெற்றிகரமான வாழ்வு (மனதையும் இதயத்தையும் புண்படுத்தி ஆளுதல்)	220/-
14	Poems of Peace	நிம்மதியின் பாடல்கள்	250/-
15	The Shining Gateway	நேர்வழியின் சீரிய ஒளி	200/-

தொடர்புக்கு

வள்ளியம்மை பதிப்பகம்

மின்னஞ்சல்: arun2010g@gmail.com

வாட்ஸ் அப் எண்: 91-8939478478